மீதமிருக்கும் வாழ்வு

என்.ஸ்ரீராம்

டிஸ்கவரி பப்ளிகேஷன்ஸ்
எண்: 9, பிளாட் எண்: 1080A, ரோஹிணி பிளாட்ஸ்
முனுசாமி சாலை, கே.கே.நகர் மேற்கு,
சென்னை – 600 078. பேச: 99404 46650

வெளியீட்டு எண்: 0288

மீதமிருக்கும் வாழ்வு (சிறுகதை)
ஆசிரியர்: என். ஸ்ரீராம்©

Metham Irukkum Vazvu (Short Stories)
Author: N.Shriram©
Print in India
Discovery 1st Edition: Dec - 2023
ISBN No : 978-81-19541-65-2
Pages - 84
Rs - 110

Publisher • *Sales Rights*

Discovery Publications
No. 9, Plot,1080A, Rohini Flats,
Munusamy Salai,
K.K.Nagar West, Chennai - 78.
Tamilnadu, India.
Mobile: +91 99404 46650

Discovery Book Palace (P) Ltd
No. 1055-B, Munusamy Salai,
K.K.Nagar West,
Chennai-600 078.
Ph: (044) 4855 7525
Mobile: +91 87545 07070

discoverybookpalace@gmail.com / www.discoverybookpalace.com

இந்த நூலில் பிரசுரமாகியுள்ள எந்த ஒரு பகுதியையும் எழுத்துபூர்வமான முன்அனுமதி பெறாமல் எடுத்தாள்வதோ, மறுபிரசுரம் செய்வதோ, மொழியாக்கம் செய்வதோ, ஊடகங்களில் மறுபதிப்புச் செய்வதோ, காப்புரிமைச் சட்டப்படி தடை செய்யப்பட்டுள்ளது. இந்த நூலிலிருந்து சில பகுதிகளை மேற்கோள்காட்டி நூல்அறிமுகம் செய்யலாம்.

உங்கள் மொபைல் போனிலிருந்து ஸ்கேன் செய்து
'டிஸ்கவரி புக் பேலஸ்' மொபைல் ஆப்பை டவுன்லோடு
செய்து, புத்தகங்களை வாங்குங்கள்.

சமர்ப்பணம்

நான் ஊராத்தா என்று பிரியமாக அழைக்கும்
அம்மாவின் அம்மா ராமாத்தாளுக்கு...

வார்த்தை வாக்கியம் வாழ்வு

என்னுடைய இந்த ஐந்தாவது தொகுப்புக்கு முன்னுரை எழுதும் இத்தருணத்தில் நான் ஒன்றை நினைத்துப் பார்க்கிறேன். என்னைத் தொடர்ந்து எது எழுத வைத்துக் கொண்டிருக்கிறது. பணமா? புகழா? நவீன இலக்கியத்தில் இயங்கும் ஒருவனுக்கு இது இரண்டுக்கும் எவ்வித சாத்தியக் கூறுகளும் இல்லை. எனத் தெரிந்தும் நான் ஏன் தொடர்ந்து எழுதுகிறேன்? வாழ்வா தாரத்துக்காக வேறு வேலை பார்த்துக்கொண்டு கிடைக்கும் நேரத்தை எல்லாம் எழுதுவதற்கும் வாசிப்பதற்கும் நான் ஏன் முயல்கிறேன்? அப்படி எழுத என்னை எது தொடர்ந்து தூண்டுகிறது? இந்தக் கேள்விகளுக்கு பதிலைத் தேடும் முன், மழை நாளான இன்று எனக்கு ஒன்று மட்டும் திரும்பத் திரும்ப ஞாபகம் வருகிறது. அப்போது ஆரம்பப் பள்ளிக் கூடத்தில் படித்த இளம் பிராயம். பள்ளி விடுமுறை விடும் சனி, ஞாயிறுகளில் நான் அப்புச்சி ஊரான கோவில்பாளையத்திற்குப் போய் விடுவேன்.

அப்புச்சி ஒரு பெரிய கதைசொல்லி. அவர் எனக்கு கூறாத கதைகளே இல்லை. நாட்டுப்புற, புராண, பழைய திரைப்படக் கதைகள் என கதைகளைக் கூறிக் கொண்டே இருப்பார். நான் கேட்ட போதெல்லாம் சலிக்கவே இல்லை. அதேபோல் ஊராத்தா எப்போதும் எதாவது ஒரு பாடலை முனுமுனுத்துக் கொண்டே இருப்பாள். விறகடுப்பில் சமைக்கும்போது வெள்ளாமை வரப்பில் ஆடு மாடுகள் மேய்க்கும்போது குஞ்சு கோழிகளுக்கு தீனி போடும்போது எந்த வேலையாக இருந்தாலும் பாடல்தான். அந்தப் பாடல் தாலாட்டாகவோ, ஒப்பாரியாகவோ இருக்கும். தவிரவும் ஊராத்தா, கதைகளைக் கேட்க பிரியப்படும் பெண்மணியாகவும் இருந்தாள். இதை நான் பல சந்தர்ப்பங்களில் உணர்ந்திருக்கிறேன். அன்று திடீரென ஒரு சனிக்கிழமை இரவில், என்னை அழைத்துக் கொண்டு அப்புச்சியும் ஊராத்தாவும் கிளம்பினார்கள். கள்ளிய மேட்டு வழி.

என். ஸ்ரீராம் | 5

ஓடைக்கல் பாறையினூடே ஒற்றைக்கால் தடம் போகும். இருள் அடர்ந்து கிடக்கும். எங்கும் இராப்பூச்சிகளின் சத்தம். தொலைவில் எங்கோ பட்டி நாய் ஊளையிடும். வழயில் கன்னியம்மாள் கோவில் அனாதராவக நிற்கும் எனக்கு பாலியத்திற்கு உண்டான பயம் எடுக்கும். ஊராத்தா அரிக்கேன் பிடித்தபடி முன்னே நடப்பாள். தோண்டிக்காடு போய் ஓலைச் சாய்ப்புக்குள் சாணி மெழுகிய தரையில் அமர்வோம். அங்கு கோவிந்தாத்தாள் பெரியம்மா இராமாயணம் படிப்பாள். நாங்கள் எல்லோரும் வட்டமாக உட்கார்ந்து கேட்போம். பெரியம்மாவின் நிழல் மண் சுவரில் விஸ்வரூபமாக அசையும். கனத்த ராமாயணப் புத்தகத்தின் பழுப்பு நிறத் தாள்கள் பக்கம் பக்கமாக கடக்கும். காண்டம் காண்டமாகத் தாண்டும். திரும்ப இரண்டாம் ஜாமம் ஆகிவிடும். நான் கதை கேட்டுப் பழகியது இப்படித்தான். முதலில் புராணக் கதைகளையும் கட்டுக் கதைகளையும் கேட்கத் துவங்கிய நான். வயது ஏற ஏறு நிஜ வாழ்வின் சம்பவங்களை கேட்க ஆரம்பித்தேன். தொடர்ந்த கதை கேட்டலின் வெளிப்பாடே என் எழுத்து. நான் ஏன் எழுதுகிறேன் இதுதான் பதிலாக இருக்கும் எனவும் தோன்றுகிறது. நினைத்த நேரத்தில் ஊர் மனிதர்களையும் கதைகளையும், பகிர்ந்து கொள்ளும் நண்பர்கள் வஞ்சி பாளையம் சு.வெங்குட்டுவன், சிவன்மலைக் கவுண்டன்வலசு நாகராஜ்,செங்காட்டூர் பொன். ராஜேந்திரன், சி.எஸ். மாமா ஆகியோருக்கும் இக்கதைகளைப் பிரசுரம் செய்த உயிர் எழுத்து கதிர்செந்தில், தூறல் சந்தியூர் கோவிந்தன் ஆகியோரும் நன்றிகுரியவர்கள்.

இத்தொகுப்பை சுஜாதா உயிர்மை விருதுக்கு தேர்ந்தெடுத்த பாவண்ணன் எஸ் ராமகிருஷ்ணன் தமிழ்மகன் மனுஷ்யபுத்திரன் ஆகியோருக்கும் எனக்கு தொடர்த்து எழுதும் சூழலைக் கொடுத்துக் கொண்டிருக்கும் மனைவி ராதா, மகன் அபிஷேக்குமாருக்கும் அநேக நன்றிகள்.

முதல்பதிப்பு வெளியிட்ட பாதரசம் சரோலாமாக்கும் இரண்டாம் பதிப்பை வெளியிடும் டிஸ்கவரி மு.வேடியப்பனுக்கும் மனமார்ந்த நன்றி.

பிரியமுடன்,

என். ஸ்ரீராம்

9841716099

06.11.2023

6 | மீதமிருக்கும் வாழ்வு

கூறு	09
மீதமிருக்கும் வாழ்வு	31
விசுவாசம்	48
பிரதிபலன்	54
மூன்று மழைக்காலங்கள்	62

கூறு

கிழக்கு பார்த்த வீடு. சுத்திண்ணையில் ஏறுவெயில் படிந்திருந்தது. படையன் மாதாரி குத்தவைத்து உட்கார்ந்து வெயில் காய்ந்தபடியிருந்தான். நிலவடியிலிருந்து அடுப்புப்புகை கசிந்து வெளிவந்துகொண்டிருந்தது. எதிர்வீட்டுப் புறக்கடையில் கருப்ப மாதாரி ஊறத்தாழியில் தவிடு கரைத்துக்கொண்டிருந்தான். தாய்ப் பன்றியில்லாமல் குட்டிகள் மட்டும் அவ்விடத்தைச் சுற்றி சுற்றி வந்து சப்தமிட்டன. வேலிப்புதையின் நிழல் விழுந்த குறுகிய வீதியில் பொடியன் ஒருவன் வெள்ளாடுகள் ஓட்டிப் போனான். அவன் கையில் விளாருடன் பனையோலைக் காற்றாடி இருந்தது. கறுத்த கிடாய்க் குட்டி வெள்ளாட்டு மேல் தாவிக்கொண்டே சென்றது. எங்கோ ஒரு காகம் கரைந்தது. கமலா நடைமீது வந்து நின்றாள்.

“இன்னிக்கு வெசாலக்கெழம... இன்னும் நாலு நாள்தான் இருக்கு. திங்கக் கெழம எப்படி மாடு அடிக்கப் போறே... காலங்காத்தால இப்பிடி விருமுத்தி புடுச்சவனாட்ட உக்காந்திருக்கிருக்கியே?’’

படையன் மாதாரி பதிலேதும் கூறவில்லை. எழுந்து செருப்பைப் போட்டுக்கொண்டு நடந்தான். மேலும் கமலா ஏதோ சொன்னாள். வீதியில் சேவல் ஒன்று அடைக்கோழியைத் துரத்திக்கொண்டு குறுக்காக ஓடி வந்தது. இவன் சிந்தனை முழுவதும் இன்று எப்படியாவது மாடு வாங்கிவிட வேண்டும் என்பதிலேயே இருந்தது. தார்ச் சாலை வந்ததும் பீடியைப் பற்றவைத்துக்கொண்டான். ஆட்டுப் புழுக்கைகள் மூத்திரத்தில் ஈரத்தோடு சிதறிக்கிடந்தன. காலை நேரத்தில் பள்ளிக்கூட வளாகம் வெறிச்சோடிக் கிடந்தது. வாதநாராயண மரங்களின் வாதுகள் பழுப்பு இலைகள் உதிர காற்றாடிக்கொண்டிருந்தன. திருப்பூர் வேலைக்குச் செல்லும் இளைஞர்கள் பேருந்தை எதிர்நோக்கி நின்றிருந்தார்கள். சளி மூக்குடன் ஒரு குழந்தை கடந்தது. அதன் வாயெல்லாம் மிட்டாயின் வடவடப்பு.

இவன் செல்லாண்டியம்மன் கோவிலுக்குப் போனான். அத்திக் கட்டையில் ஏற்றிய சாமி தரிசனத்துக்காக தகரக் கொட்டகையின்கீழ் வைக் கப்பட்டிருந்தது. சற்றுத் தள்ளி கல் தச்சர்கள் சிற்ப வேலைப்பாடுகளில் ஈடுபட்டிருந்தார்கள். உளியின் ஓசை எழுந்தபடியிருந்தது. பீடியை வீசியெறிந்தான். நடையின் உள்ளே எட்டிப் பார்த்தான். செல்லமுத்து ஆசாரி கடைபரப்பி இருந்தார். மேஜை மீது நான்கைந்து சம்பங்கி ஆரங்கள் நீர் தெளித்து வைக்கப்பட்டிருந்தன. எலுமிச்சைப் பழங்கள், சூட வில்லைகள், ஊதுபத்தி எனவும் இருந்தன. செல்லமுத்து ஆசாரி சில வருஷங்களுக்கு முன்புவரை லாடம் கட்டிக்கொண்டிருந்தார். வண்டி மாடுகள் அரிதான பின்பு மாட்டுத் தரகுக்குத் திரும்பி விட்டார். இவனைக் கண்டதும் செல்லமுத்து ஆசாரியே முந்திக்கொண்டு பேசினார்.

“இப்ப ஊட்டுக்காரி வந்து கடையப் பார்த்துவிட்டு என்ன உட்டுருவா. கௌம்பிடுலாம்...’’

“ஐயனே நேத்தும் இப்பிடித்தான் சொன்னீங்க. நீங்க வரல. என்னோட நெலம ஒங்களுக்குத் தெரியுமுன்னு நெனைக்கறேன். வளவுக்குள்ளேயே அம்பது கூறுக்கு மேலே சொல்லி வெச்சிருக்காங்க... இந்த வாரம் மாட்டடிக்கலீனா அவ்ளோதான்...’’

“நான் என்ன சும்மாவா இருக்கே... உனக்காகப் பாத்துக்கிட்டேதா இருக்கேன். கவலைப்படாதே படையா... இன்னிக்கு ஏதாச்சும் ஒன்ன வாங்கீறலாம். நீ மேட்டுக் கடையில ஒரு டீ போடு... நான் அதுக்குள்ள ஏதாச்சும் துப்பு புடுச்சுக்கிட்டு வாறேன்...’’

படையன் மாதாரி அரைமனதாக அவ்விடத்தை விட்டு நகர்ந்தான். பொழுது ஊருக்கு மேலாக வந்துவிட்டது. தெற்கு முகமாகத் திரும்பி, தார்ச் சாலையில் நடந்தான். ஈஸ்வரன் கோவில் மேற்கு நடையில் வயதான மதாரிச்சிகள் அமர்ந்து பிச்சை எடுத்துக் கொண்டுக் கொண்டிருந்தார்கள். அதில் இவன் அம்மாக்காரியும் இருந்தாள். மதியம் கெடாவெட்டின் போது கறிச்சோறு வாங்கும் பித்தளைப் போசியை வைத்துக்கொண்டு கோவிலினுள்ளே பார்த்தபடி அமர்ந்திருந்தாள். இவன் அம்மாக்காரியைப் பார்க்காதவன் போல, அவ்விடத்தைக் கடந்தான். ஆனால், அம்மாக்காரி பார்த்துவிட்டாள். கையில் பித்தளைப் போசியைத் தூக்கிக்கொண்டு அவசரமாக எழுந்து இவனை நோக்கி வந்தாள். சப்தமிட்டாள். இவன் நிற்கவில்லை. இவன் மேட்டைப் பார்த்தபடி வேகமாக எட்டு வைத்தான். அம்மாக்காரி நின்றுகொண்டாள். கமலாவைக் கெட்ட வார்த்தையில் திட்டுவது

10 | மீதமிருக்கும் வாழ்வு

கேட்டது. இவன் திரும்பிப் பார்க்காமலே நடந்தான். தண்ணீர்க் குடங்கள் தளும்ப சைக்கிளில் எதிராக வந்த பண்டாரம் விசிலில் பாடிக்கொண்டே போனான்.

தேநீர்க் கடையில் ஆட்களே இல்லை. மர நாற்காலியின் கீழாகத் தரையில் அமர்ந்துகொண்டான். இவன் கேட்காமலேயே முதலியார் தேநீரைப் போட்டுக்கொண்டுவந்து நீட்டினார். இவன் வாங்கிக் கொண்டு இறக்கத்தைப் பார்த்தான். அம்மாக்காரி கோவில் வாசலில் நின்றபடி ஒரு முதியவளோடு ஏதோ பேசிக்கொண்டே இருந்தாள். தன்னையோ அல்லது கமலாவையோ பற்றிப் பேச்சாகத்தான் இருக்கும் என இவனுக்குத் தோன்றியது. அதற்குள்ளாகவே செல்லமுத்து ஆசாரி மொபட்டில் மேடேறி வந்துகொண்டிருந்தார். இவன் வேகமாகத் தேநீரை உறிஞ்சிக் குடித்தான். பிளாஸ்டிக் டம்ளரைக் குப்பைத் தொட்டியில் வீசிவிட்டு எழுந்தான். வேட்டியை மடித்துக் கட்டினான். வந்ததும் செல்லமுத்து ஆசாரி மொபட்டை இறக்கத்தைப் பார்த்துத் திருப்பி நிறுத்தினார். இவன் தேநீருக்கு முதலியாரிடம் கணக்கு வைத்துக்கொள்ளச் சொன்னான். மொபட்டில் ஏறிக்கொண்டான். மொபட் நகர்ந்ததும் செல்லமுத்து ஆசாரி பேசினார்.

“நேராக ராமலிங்கபுரம் போறோம். ஒரு துப்பு இருக்கு... தெக்க வரும்போது நீ மாட்டோடதா வாறே...''

திடீரென மொபட்டின் வேகம் குறைந்தது. இவன் இறக்கத்தைப் பார்த்தான். அம்மாக்காரி தார்ச் சாலையின் நடுவில் நின்றிருந்தாள். பித்தளைப் போசியை ஆட்டி ஆட்டி மொபட்டை நிறுத்தும்படி ஜாடை காண்பித்தாள். செல்லமுத்து ஆசாரியும் புளியமரத்தினடிக்கு மொபட்டை ஓரங்கட்டினார். இவனுக்குக் கோபம் வந்தது.

“ஐயனே நிக்காதீங்க. போங்க... கெழவிக்கு வேற வேலயில்ல... தொண தொணக்கும்...''

“பொறுமையா இருடா... என்னன்னுதா கேப்போமே?''

மொபட் புளியமரத்தினடியில் சென்று நின்றது. வேறு வழியில்லாமல் இவன் இறங்கிக்கொண்டான். செல்லமுத்து ஆசாரி இறங்காமலே காலூன்றி நின்றார். புளிய இலைகளும் உதிரும் காலமாக இருந்தது. அம்மாக்காரி கிட்டத்தில் வந்ததும் ஆத்திரமாகக் கேட்டாள்.

“கம்மால ஐயனே... நீங்களே இதுக்கு ஒரு நியாயத்தச் சொல்லுங்க....?''

அம்மாக்காரிக்குப் பேச பேச தொங்கு காதுக்குள் அசைந்தன.

"ஆசாரி ஆத்தாளுக்கும் ஒங்களுக்கும் கலியாணமாகிப் பத்து பாஞ்சு வருஷமாயி... புழு பூச்சி இல்லீனா ஆத்தாள முழுக்கிட்டு வேற கலியாணம் பண்ணுவீங்களா மாட்டீங்களா?''

இவன் எரிச்சல் அடைந்தான். நடைவயலில் பிச்சை கேட்கும் மற்ற மாதாரி கிழவிகள், திரும்பி இவர்களைப் பார்த்தார்கள்.

"இது என்னடா வம்பா போச்சு. பதினஞ்சு வருஷம் எதுக்கு... கலியாணமான ரெண்டு வருஷத்துல கொழுந்த இல்லீனாவே... அடிச்சு முடுக்கிட்டு வேற கலியாணந்தான்.''

"நானும் அதத்தான் கேக்கறேன் ஐயனே... இவ்ளோ நாளா வாழ்ந்து தொலச்சுட்டே.... போனா போகுது... உன் அருமப் பொண்டாட்டிய வளச்சு முடுக்கிட்டு ஒருத்திய கட்டிக்கனுதான் சொல்லறேன். கேக்கமாட்டேங்கறான்.''

செல்லமுத்து ஆசாரி பழையன் மாதாரியைப் பார்த்தார். இவன் கோவிலுக்குள் கவனித்தபடி இருந்தான். தீபாராதனை மணி சப்தம் கேட்டது.

"ஏங் கெழவி... உம் மவனுக்கு பொண்ணு தயாரா வெச்சிருக்கியா... நாப்பது வயசுக்கு மேலாகிப் பாதி கெழவனாகிட்டே.... ஆரு கட்டுவா?''

மொதல்ல அந்த வறட்டு முண்டைய தொரத்தீட்டு வரச் சொல்லுங்க... பொண்ணக் கொண்டு வர்றது எம்பாடு...''

"ஐயனே கெழவிகிட்ட பொழுதுக்கும் பேசினாலும் இதுதான் திருப்பி திருப்பிப் பேசுவா.. நான்தான் அப்பவே சொன்னேனே நிக்கவே வேண்டாம்னு...கேட்டீங்களா...வண்டிய எடுங்க ஐயனே...''

இவன் நடந்து தார்ச் சாலையில் போய் நின்று திரும்பிப் பார்த்தான்.

"ஐயனே தப்பா நெனைச்சுக்காதீங்க... இவனோட சேர்ந்தவனெல் லாம் ஈத்து பேத்து எடுத்துட்டான். எங்க சாதி சனத்தப் பத்தித்தான் ஒங்களுக்கும் தெரியுமே... ஊரும் உறவும் தப்புதப்பா பேசுது... தாங்க முடியலீங்க....''

அம்மாக்காரிக்கு உணர்ச்சி மேலிட பேசவிடாமல் தொண்டையை அடைத்தது. கிளம்பி இவனிடம் செல்லமுத்து ஆசாரி மொபட்டைக் கிளப்பி இவனிடம் கொண்டுவந்து நிறுத்தினார். அம்மாக்காரி முந்தானையால் வாயைப் பொத்தி அழத் தொடங்கினாள். இவனுக்கும்

12 | மீதமிருக்கும் வாழ்வு

சங்கடமாக இருந்தது. மொபட்டில் ஏறிக்கொண்டான். மொபட் வேகம்பிடித்தது. ஊரைக் கடந்து வடக்கே சென்றது. திருப்பூர் செல்லும் தனியார் பேருந்து ஹாரன் அடித்தபடி விலகிப் போயிற்று.

2

பொழுதேறி உக்கிரம் கூடிக்கொண்டு இருந்தது. தார்ச்சாலையில் அனலோடியது. தரிசு வெளியில் வாடை புகுந்து சொருங்கிய புற்களை மெலிதாக அசைத்துக்கொண்டிருந்தன. ஓரத்துப்பாளையம் அணையை ஒட்டியே வடக்காகச் சாலை நீண்டு சென்றது. மறுபுறம் பனைகளும் கருவேலா மரங்களும் நிறைந்த கழிவுநீர்க் குட்டையில் செம்மறியாடுகள் மேய்ந்தகொண்டிருந்தன. முகிலற்ற ஆகாயத்தில் இரு பருந்துகள் சிறகை விரித்தபடி மிதந்தன. செல்லமுத்து ஆசாரி எதுவும் பேசாமலே வந்தார். இவனுக்கும் மாடு வாங்கும் எண்ணமே மறந்துவிட்டது. கண்களில் ஈரம் படப் பேசிய அம்மாக்காரியின் பிம்பமே திரும்ப திரும்ப ஞாபகத்தில் எழுந்தது. அவள் சொல்வதிலும் நியாயம் இருக்குமோவென ஒரு கணம் தோன்றிற்று. கமலாவை விலக்க முடியுமா என நினைத்தவுடன் அதிர்ந்து சட்டென பிரக்ஞைக்கு மீண்டான். அணையை நெருங்கும் முன்னே மதகிலிருந்து நீர் விழும் ஓசை கேட்டது. குவாப்பில் கட்டடங்கள் இருந்தன. சிமெண்ட் பாலத்தின் மீது கொண்டுபோய் செல்லமுத்து ஆசாரி மொபட்டை நிறுத்தினார். இருவரும் இறங்கினர். கீழே சாயப்பட்டறை நீர் சாம்பல் நிறத்தில் கலங்கலாக ஓடிற்று. தடுப்புக் கட்டையின் ஓரத்தில் கால்களைத் தொங்கவிட்டபடி இரு முதியவர்கள் தூண்டில் போட்டுக் கொண்டு சலனமேயில்லாமல் அமர்ந்திருந்தார்கள். செல்லமுத்து ஆசாரி பீடி ஒன்றைப் பற்றவைத்துக்கொண்டார். இவனிடமும் ஒரு பீடியை நீட்டினார். இவன் நீர் கொட்டும் மதகைப் பார்த்தபடியே இருந்தான்.

“ஏண்டா ரெண்டு பேரும் டாக்டர்கிட்ட போய் ஒழுங்காவாவது செக் பண்ணீங்களா?’’

இவனுக்கு ஒரு கணம் புரியவில்லை. பின்பு புரிந்து பதிலளித்தான்.

“பார்க்காத வைத்தியமுமில்லை ஐயனே... கொழந்த தங்காததுக்கு நாம என்ன செய்யறது. இப்படியே வாழ்ந்துட்டுக் கெட சேர வேண்டியது தான். ரெண்டு பேரும் விட்டுட்டோம்... ஆனா, இந்தக் கெழவிதான் ஒரே தொந்தரவு... மழப்பேரும் மக்கப் பேரும் மகேசன்

செயல்ன்னு அவளுக்குப் புரிய மாட்டேங்கிறது.''

செல்லமுத்து ஆசாரி யோசித்தார். கோரைகளுக்கிடையே இருந்து நான்கைந்து இலைக் கோழிகள் திடீரென ஒன்றன்பின் ஒன்றாகப் பறந்தன. வெயிலுக்கு அதன் இறக்கைகள் தாமிர நிறத்தில் தகதகத்தன. இவன் பீடியை பற்ற வைக்கவில்லை. காதில்சொருகிக் கொண்டான். இருவருக்குமிடையே இறுக்கம் கவிந்து கிடந்தது. செல்லமுத்து ஆசாரி மொபட்டைக் கிளப்பினார். மொபட் மீண்டும் வடக்கு முகமாகவே சென்றது. கரணைக் கல் தடுப்புச்சுவர் கூடவே நீண்டு அரண்போல வந்தது. இருந்திருந்தாற்போல செல்லமுத்து ஆசாரி கேட்டார்.

“ஏன்டா நா ஒரு வைத்தியரைச் சொல்றேன்... போய்ப் பாக்கறியா?'

“சரீங்க ஐயனே.''

“ராசிபாளையத்துல ஒரு வாத்தியார் இந்த மாதிரி பிரச்சனைக்கு மூலிகை மருந்து குடுக்கறார், கைராசிக்காரர். ரெண்டு மூணு மொறைபோறதுக்குள்ள கர்ப்பம் தங்கிடுதாம்.. என்னோட சகலை பொண்ணுக்கு கலியாணமாகி நாலஞ்சு வருசமாக் கொழந்தை இல்ல... இவருகிட்ட நாந்தான் கூட்டிப் போனேன். இப்ப புள்ளகுட்டியோடப் போகுது...''

“அவருகிட்ட ரொம்ப செலவு ஆகுமோ ஐயனே?''

“வேர் குடுக்கறதுக்கு பெரிசா என்ன கேக்கப் போறாரு... மொத்தமாகவே பத்து முந்நூறு ஆகும்...''

இருவரும் மேற்கொண்டு எதுவும் பேசிக்கொள்ளவில்லை. இரண்டு கரிக்குருவிகள் அந்தரத்தில் உந்தி உந்தி பறந்து போயின. பொழுது உச்சிக்கு ஏறியிருந்தது. ராமலிங்கபுரத்தில் போய் விசாரித்தார்கள். சரியான துப்பு கிடைக்கவில்லை. வடக்குவெளி ஊர்களை எங்கும் கட்டுத்தரை கட்டுத்தரையாக அலைந்தார்கள். காங்கேயம் மாடுகள் அழிவுறும் காலம். நிறையத் தோட்டங்களில் கட்டுத்தரைகள் வெறுமனே கிடந்தன. மண்தாழிகள் உடைந்து போர்ப்பட்டறைக் கற்கள் கலைந்து சிதறிவிட்டன. கரையான்கள் ஏறிய கழிகூளங்களில் மைனாக்கள் மேய்ந்தபடி இணையைக் கூப்பிடுகின்றன. மூத்திரக் கவிச்சி மங்கி கட்டுத்தரையின் வாசனையே மாறிவிட்டது. தும்பைகள் பூத்து நிற்கின்றன. செல்லமுத்து ஆசாரியும் சலிக்காமல் கூட்டிப்போய்க் கொண்டே இருந்தார். மாடு கிடைப்பது அரிதாகி விட்டது. இருவருக்கும் சோர்வு மண்டியது. பசி வயிறெங்கும் எரிந்து பரவியது. வெயில் தணிந்துவிட்டது. மர நிழல்கள் கிழக்காகச் சரிந்து

14 | மீதமிருக்கும் வாழ்வு

நீளத் தொடங்கிவிட்டன. இவன் ஊருக்கே திரும்பி விடலாம் என யோசித்தான். செல்லமுத்து ஆசாரி விடுவதாயில்லை. நொய்யல் ஆற்றின் மறுகரை போய் விசாரித்தார். வரிசையின் பதினெட்டு ஜோடி மாடுகள் கட்டு தொழுவக்காடி கொண்ட கட்டுத்தரை பற்றிய தகவல் கிடைத்தது.

சோளக் கருதுகள் மினுங்கிய வயலினூடாக் வழி சென்றது. இருவரும் மூங்கில் படலைத் திறந்து தோட்டத்துக்குள் பிரவேசித்தனர். பத்து பதினைந்து முற்றிய நெடிய தென்னை மரங்கள் நின்றன. ஈரவாய்க்காலில் தென்னம்பாளைகள் விழுந்து கிடந்தன. ஒரு காலத்தில் செழிப்புமிக்க தோட்டமாக இருந்திருக்கக் கூடும். கிளுவை வேலியிட்ட தொண்டுப் பட்டியுடன் கூடிய கட்டுத்தரை வந்தது. பூவரசமர நிழலில் ஒரே ஒரு ஒற்றை மாடு மட்டும் கட்டியிருந்தது. விரதல் மாடு. கூடு கொம்பு. மாட்டின் கண்களில் வெளி ஆட்கள் புழங்காத மிரட்சி இருந்தது.

கட்டுத்தரைக்கு வலப்புறம் பழைய காலத்து தொட்டிக் கட்டு வீடு. முன்பக்க வெளி ஆசாரத்துத் தூண்கள் விலகிவிட்டன. இவர்களைக் கண்டதும் வீட்டுக்குள்ளிருந்து வயதான குடியானவப் பெரியவர் எழுந்து வந்தார். பெரியவருக்கு எண்பது வயதுக்கு மேலிருக்கும். சவரம் செய்யாத முகத்தில் வெண்ணமயமாய் முறுக்கிய மீசை. செல்லமுத்து ஆசாரி சுழியைச் சரிபார்த்தார். பெரியவருக்குக் கோபம் வந்தது. நீட்டி முழக்கிக்கொண்டு பேசினார்.

“சுத்தமான மாடு அப்புனு... கட்டுத்தரை வெறுங்கட்டுத்தரையா போயிடுமுன்னு வெச்சிருந்தேன்... செனை நிக்கமாட்டேங்குது... வாரத்துக்கு ரெண்டு மொற காளைக்கு கத்துது. என்னால காள சேத்தி மாயுல... அதுதான் குடுத்தர்லாமுன்னு முடிவு செஞ்சேன். இப்ப சந்தசாரியும் கொண்டு போய் விக்க வலுவில்ல. அதுதான் உங்க மாதிரி ஆளுக்கு குடுக்கறேன்... வெலையக் கேளுங்க...’’

“நாங்க கீழே கேட்டான்னு வேண்டா... நீங்க என்ன வெலையின்னா குடுப்பீங்கன்னு சொல்லுங்க...’’

“பதினைஞ்சு ரூவா குடுத்துட்டு மாட்ட புடிச்சுட்டு போங்க அப்புனு.’’

“நாங்களும் வாங்கியிட்டு போயி நாலு காசு பாக்கணும். வளர்த்தப் போறதில்ல... கொஞ்சம் எறங்கி வந்தீங்கன்னா வெலை படியும்.’’

பெரியவர் விரல்களால் மீசையை ஒதுக்கிவிட்டுக்கொண்டார். செல்லமுத்து ஆசாரி மாட்டையே உற்றுக் கவனித்தபடி ஏதோ யோசனையில் ஆழ்ந்தார். மஞ்சள்வெயில் கண்டு விட்டது. இவனுக்கு நெற்றியிலும் கழுத்திலும் வேர்க்கத் தொடங்கியது. சற்றுத் தள்ளி தொழுவங்காடி நிழலுக்குப் போய் உட்கார்ந்துகொண்டான். போர்ப்பட்டறையில் தைபோகத் தட்டு நான்கைந்து விசுவுக்கு மேல் இருந்தது. ஒட்டி குத்தாரியாக சிறு வைக்கோல் போரும் இருந்தது. மாடு நல்ல நீரேறிக் கிடந்தது. வெட்டினால் ஐம்பது கூறுக்கு மேல் தாங்கும். கூறு முந்நூறு ரூபாய் என்றாலும் கூட பெரியவர் சொல்லும் விலைக்கு நஷ்டம் வராது எனக் கணக்கு போட்டான். ஏனோ செல்லமுத்து ஆசாரி விலையைக் குறைக்க பெரியவருடன் தொடர்ந்து பேசியபடியே இருந்தார். இவனுக்கு சீக்கிரம் விலை முடிந்து அச்சாரம் கொடுத்தால், தேவலை எனத் தோன்றியது. முகத்தில் சலிப்பு எழுந்து போனான்.

“பெரிய கவுண்டரே ஒங்களுக்கும் வேண்டா எங்களுக்கும் வேண்டா நீங்களே ஒரு வெலையப் போட்டு கயித்த மாத்திக் குடுங்க.''

“பதினாறு குடுத்துடு அப்புனு.''

இவன் சுருக்கு பையிலிருந்து ஐந்நூறு ரூபாய் நோட்டை எடுத்து நீட்டினான். செல்லமுத்து ஆசாரிக்கு இது பிடிக்கவில்லை. முகத்தை தொழுவக்காடி பக்கம் திருப்பிக் கொண்டார். பெரியவர் அச்சாரத்தை வாங்கிக்கொண்டு மாட்டின் முதுகைத் தடவியபடியே பேசினார்.

“கயித்த எல்லாம் மாத்த வேண்டாம்... உனி என்ன நாம்போயி மாட்ட வாங்கப்போறே... அப்படியே அவுத்துக்கிட்டு போ... மவராசனா இருப்பே... ஆமா உனக்கு புள்ளக்குட்டி எத்தனை அப்புனு?”

இவன் துணுக்குற்று நிமிர்ந்தான்.

“எதுவும் தங்கலீங்க சாமீ...”

“குடுத்து வெச்ச மவராசன். எனக்கு மூணு பசங்க. ரெண்டு சீமையில இருக்கு. ஒண்ணு மெட்ராஸ்ல இருக்கு. கிட்ட இருந்தாத்தானே ஒறவு... பெத்து என்ன புரையோசனம். பெத்த அப்பன் ஆத்தாவ பார்க்கணும்ல... பணத்துக்கு ஒரு கொறவுமில்லதான்..”

பெரியவர் தனிமையின் உருக்கத்தில் இருப்பதை அவர் பேச்சு புலப்படுத்தியது. இவன் பணத்தை எடுத்து எண்ணிக் கொடுத்தான். பெரியவர் ஒருமுறை ஐந்நூறு ரூபாய்த் தாள்களை நிரண்டி நிரண்டி எண்ணிக்கொண்டார். குனிந்து பூவரச மரத்தின் புடைத்த வேரில்

16 | மீதமிருக்கும் வாழ்வு

கட்டியிருந்த மாட்டின் கயிற்றை அவிழ்த்து இவனிடம் கொடுத்தார்.

“பெரிய கவுண்டிச்சி போனபின்னால இந்த ஒத்த மாடுதான் தொணையா இருந்துச்சு. இன்னையோட இதுவும் போயிறப் போவுது. இவ்ளோ பெரிய தோட்டத்துல நான் ஒண்டிக்காரனா நிக்கப் போறேன்...''

பெரியவருக்கு நா குழறியது. இவன் மாட்டை இழுத்துக்கொண்டு நடந்தான். கிளுவை வேலிக்குள்ளிலிருந்து பழுப்பு சிக்கான் குருவி விடாமல் கத்திற்று. செல்லமுத்து ஆசாரி மொபட்டை ஸ்டார்ட் செய்து முன்னால் கிளம்பினார். இனி இந்தக் கட்டுத்தரையும் வெறும் கட்டுத்தரையாகிவிட்டது என நினைத்தபோது, இவனுக்கு சங்கடமாக இருந்தது.

3

வெள்ளிக்கிழமை விடியற்காலையிலிருந்தே இவனுக்கும் கமலாவுக்கும் பரபரப்பு தொற்றிவிட்டது. கீரனூரிலிருந்து புறப்படும் போதே இளமதியம் கடந்துவிட்டது. ஆறு மைல் தூரம். சைக்கிளை வேகமாக இவன் மிதித்தான். கேரியரில் கமலா யோசனையாகவே உட்கார்ந்திருந்தாள். ராசிபாளையத்திற்கு ஏற்கெனவே இவன் மாடு வாங்கப் போயிருந்தான். வழி பழகின வழிதான். புழுதி மேவிய இட்டேரியில் வெயில் இறங்கித் தகித்தது. சேவேறிய வேலா மரங்களில் பதுங்கிய கீப்பூச்சிகளின் சப்தம் காதுகளை நாசப்படுத்தின.

ஊர் முகப்பிலேயே பள்ளிக்கூடம் இருந்தது. இருவரும் சைக்கிளை விட்டு இறங்கிக்கொண்டனர். சுற்றிலும் எங்கு பார்த்தாலும் பாலை மரங்கள் பூவெடுத்து நின்றன. சத்துணவுக் கூடத்து ஆயாதான் குழந்தைகளை ஒழுங்குப்படுத்தி அமர வைத்துக்கொண்டிருந்தாள். திண்ணையில், மைதான வேம்படியில் என எங்கும் குழந்தைகள் உருட்டிக்கொண்டு சத்துணவுக் கூடத்துப் பக்கம் போனான். ஆயாவிடம் கேட்பதற்குள் ஆயாவே பேசினாள்.

“வைத்தியருக்கு வந்திருக்கீங்களா... வாத்தியாரு தூங்கிட்டு இருக்காரு... சரியா ரெண்டு மணிக்குத்தான் எந்திரிச்சு வருவாரு... கொஞ்சநேரம் கழிச்சு வாங்க...''

குழந்தைகள் எல்லாரும் இவர்களையே பார்த்தனர். வெள்ளைச் சட்டையும் அடர்நீலநிறக் கால் சட்டையும் அணிந்திருந்த குழந்தைகள் ஒரே சாயலில் இருந்தன.

கமலா வைத்த கண் வாங்காமல் குழந்தைகளையே பார்த்தபடி இருந்தாள். கமலாவின் ஏக்கத்தைக் கண்டு இவனும் ஒரு கணம் துணுக்குற்றான். இவன் சைக்கிளை உருட்டிக் கொண்டு கமலாவை அழைத்தான். கமலா திடுக்கிட்டுத் திரும்பி இவனோடு நடந்தாள். சற்றுத் தள்ளியிருந்த பாலைமர நிழலுக்குப் போனார்கள். இவன் சைக்கிளை மரத்தில் சாய்த்து நிறுத்தினான். பாலையின் வெண்ணிறப் பூக்கள் தரையெங்கும் உதிர்ந்து கிடந்தன. சுள்ளெறும்புகள் ஊர்ந்தன. நிழலைத் தாண்டி ஓர் சேந்து கிணறு இருந்தது. தண்ணீர் சேந்தாத கிணறுபோல் தெரிந்தது. சிட்டுக்குருவிகள் உள் நுழைவதும் வெளிவருவதுமாக இருந்தன. எஃகு உருளைகளும் துரு ஏறிக் கிடந்தன. கமலா மறுபடியும் பள்ளிக் குழந்தைகளையே பார்த்தபடி இருந்தாள். அவள் முகம் மலர்ந்து காணப்பட்டது.

பொழுது நடுவானிலிருந்து மேற்காகச் சாயத் தொடங்கிற்று. இவனுக்குள் வாத்தியார் என்ன வைத்தியம் சொல்வார் என்கிற எதிர்பார்ப்பும் ஓடிற்று. நிரம்பப் பணம் பிடுங்கி விடுவாரோ என்கிற பயமும் எழுந்தது. திடீரெனக் காற்று வீசிற்று. பாலை இலைகள் சிலுசிலுவென அசைந்தன. அப்போது வெள்ளை வேட்டி, சட்டையில் வாசற்படி கடந்து அடிகுழாய்ப் பக்கம் போனார். நடையில் ஐம்பது வயது தாண்டிய தளர்ச்சி இருந்தது. பின்னால் வந்த இரு சிறுவர்கள் குழாயின் கைப்பிடியை அடித்தனர். வாத்தியார் வேட்டியை மடித்துக் கட்டினார். முழுக்கைச் சட்டையின் கைப் பொத்தானைக் கழற்றி மேலே சுருட்டி விட்டார். தண்ணீர் ஒழுகிற்று. அவர்தான் வாத்தியாராக இருக்கக்கூடும் என இவன் யூகித்தான். அவர் முகம், கை, கால்களைக் கழுவினார். உள்ளங்கையில் ஏந்த தண்ணீர் பிடித்துக் குடித்தார். ஆயா துண்டை எடுத்து வந்துநீட்டினாள். வாத்தியார் முகத்தை துடைத்தபின் கால்களையும் துடைத்தார். சிறுவர்கள் தண்ணீர் அடிப்பதை விட்டுவிட்டு வகுப்பறையை நோக்கி ஓடினர். ஆயா அதே இடத்தில் நின்று துண்டை வாங்கிக்கொண்டாள். அவ்வேளையில் பள்ளியே பெரும் நிசப்தமாகக் கிடந்தது. வாத்தியாரிடம் இவர்களைக் காண்பித்து ஆயா ஏதோ சொன்னாள். வாத்தியார் இவர்களிடமே வந்தார். இவன் முந்திக்கொண்டு கும்பிட்டான். வாத்தியார் இவனையும் கமலாவையும் ஏற இறங்க ஒருமுறை பார்த்தார். சிகரெட் பற்ற வைத்துக்கொண்டார். காற்றடங்கிய நிழலில் புகை சூழ்ந்து கடந்தது. கமலா இவனை ஒட்டி வந்து நின்றுகொண்டாள்.

“கலியாணமாகி எத்தனை வருசம் ஆகுது?’’

"பதினேழுங்க.''

"நீ இங்கேயே நில்லுமா நான் இவர்கிட்ட சில விசயம் பேசிட்டு வர்றே?''

வாத்தியார் சிகரெட் பிடித்தபடி ஊரைப் பார்த்து நடந்தார். இவன் பின்தொடர்ந்தான். செருப்புக் காலுக்குk குறுமணல் நறநறத்தது. வாத்தியார் குடிவளவு வீதியில் மொத்தமே இருபது வீடுகளுக்குள்தான் இருந்தன. எல்லாமே சீமையோட்டு வீடுகள். வீதியில் ஆள் நடமாட்டமே இல்லை. நாய்கள்கூட தட்டுப்படவில்லை. உக்கிரம் மிகுந்துவிட்டது. ஒரு வீட்டின் பின்புறத்துக் காரைபெயர்ந்த சுவர் நிழலில் வாத்தியார் நின்றார். சிகரெட்டைக் கீழே போட்டு செருப்புக்காலால் நசுக்கினார். இவன் வாத்தியார் அருகில் சென்று அவர் என்ன கேட்பார் என எதிர்பார்த்தபடி நின்றான்.

"நல்ல விதை மொச்சைய ஒரு கைப்பிடி எடுத்துக்க... உம் பொண்டாட்டி மூத்திரத்துல மொளைக்கப் போடு. மொச்சை மொளைக்கு தான்னு பாரு. அதேமாதிரி உன்னேட வெள்ளைய ஒரு டம்ளர் தண்ணியில மிதக்கப் போடு. வெள்ள மிதக்குதா உள்ள போகுதான்னு பாரு. அடுத்த வெள்ளிக்கிழமை வந்து பாரு. வைத்தியத்த ஆரம்பிச்சுறலாம். கௌம்புங்க...''

இவனுக்கு வாத்தியார் சொன்னது விளங்கியும் விளங்காமலும் இருந்தது. அரை மனதால் அவ்விடத்தை விட்டு நகர்ந்தான்.

"அடுத்த மொற நீ மட்டும் வந்தா போதும்.''

வாத்தியார் மறுபடியும் ஒரு சிகரெட்டைப் பற்ற வைத்தார். அவ்விடத்திலேயே நின்றுகொண்டார். முட்டுக்கோல் ஊன்றி நடக்கும் கிழவர் ஒருவர் மட்டும் தென்பட்டார். இவன் பள்ளிக்கூடத்தைத் தாண்டி வந்து சைக்கிளில் ஏறும் போது கமலா கேட்டாள்.

"வாத்தியாரு என்ன வைத்தியம் சொன்னாரு?''

இவன் வாத்தியார் சொன்னதைச் சொன்னான். கமலா வெட்கப்பட்டுச் சிரித்தாள்.

4

பின்மதிய வெயில் இன்னும் தங்கியிருந்தது. படையன் மாதாரி சுத்திண்ணையில் அமர்ந்து யோசித்தான். வாத்தியார்

என். ஸ்ரீராம் | 19

சொன்னதைத் திரும்பவும் ஞாபகப்படுத்தினான். கமலா மாடு மேய்ப்பதற்காகத் தெற்கே குளக்கரைப் பக்கம் போய்விட்டாள். இவன் எழுந்து வீட்டுக்குள்ற போய் கதவைத் தாழிட்டான். சில்வர் டம்ளர் நிறைய தண்ணீர் பிடித்தான். ஜன்னல்களையும் சாத்தினான். இவனுக்கு பிடித்தமான தேநீர்க்கடை முதலியார் சம்சாரத்தை நினைத்துக்கொண்டான். வெள்ளைத் துணுக்குகள் தண்ணீரில் விழுந்து மிதந்தன. சிறிது நேரம் அதனையே பார்த்தபடி இருந்தான். இவனுக்கு எதுவும் விளங்கவில்லை. புறக்கடைக் கதவை திறந்தான். கரும்பிரண்டை வேலியோரம் சென்று டம்ளர் நீரைக் கொட்டினான். வெள்ளைத் துணுக்குகள் சற்று நேரம் மண்ணில் அப்படியே கிடந்தன. மொடாநீரில் டம்ளரையும் கைகளையும் கழுவிக்கொண்டு வீட்டுக்குள் வந்தான். புறக்கடைக் கதவைத் தாழிட்டுவிட்டு, வெளிநடைக் கதவைத் தாழ்விலக்கினான். சுத்திண்ணையில் அம்மாக்காரி உட்கார்ந்திருந்தாள்.

"கோழிக்கறித் துண்டும் அரிசிச்சோறும் இருக்கு... ஒருவா சாப்புடு தங்கோ..."

அவள் போசியின் மூடியைத் திறந்து நீட்டினாள். மிளகு வாசனை அடித்தது. குழம்பையெல்லாம் உறிஞ்சி அரிசிச் சாதத்தின் மேலாக ஐந்தாறு கறித்துண்டுகள் கிடந்தன. இவன் வாசற்படியில் உட்கார்ந்து போசியை வாங்கினான். சோறு ஆறி குளிர்ந்து போயிருந்தது. முன்வளவில் பன்றிகள் உறுமின.

"நீ சாப்புட்டியா?"

"தின்னுட்டுதான வாங்கிட்டு வந்தே... அந்த முண்டைக்கும் கொஞ்சம் வெய்யி... கோழிக்கறியினா நத்திக்கிட்டு கெடப்பா..."

படையன் மாதாரி அம்மாக்காரியை நிமிர்ந்து பார்த்தான். அவள் கம்பைச் சுவரில் ஊனி வைத்துவிட்டு, சுவரில் சாய்ந்து உட்கார்ந்தாள். இவன் வீதியை ஒருமுறை பார்த்துவிட்டு கறிச்சோற்றை பிசைந்து சாப்பிடத் தொடங்கினான். எங்கிருந்தோ கருப்பமாதாரியின் செவலை நாய் வந்து வாசற்படியோரம் குத்தவைத்து உட்கார்ந்து இவன் சாப்பிடுவதையே பார்த்தது. இவன் கறித்துண்டில் சதையைக் கடித்துவிட்டு எலும்பை வீசினான். பாதி சாப்பாட்டில் போசியை மூடி வீட்டுக்குள் கொண்டுபோய் வைத்துவிட்டு வந்தான். அதற்குள் அம்மாக்காரி அதே இடத்தில் குறுக்கிப் படுத்துவிட்டாள். மறுபடியும் வாசற்படி மீதே உட்கார்ந்தான். வெயில் மங்குவதைப் பார்த்தபடியே இருந்தான். நேரம் போயிற்று.

கமலா, மாட்டைக் கொண்டுவந்து புறக்கடையில் கட்டினாள். மாடு அல்லை எடுக்க மேய்ந்திருந்தது. கமலா முந்தானையில் முடிந்து கொண்டுவந்திருந்த மொச்சைக் கொட்டைகளை இவனிடம் காண்பித்தாள். இவன் வாங்கிப் பார்த்துவிட்டுத் திரும்பவும் கமலாவிடமே கொடுத்தான். அவள் மொச்சைக் கொட்டைகளை எங்கு வாங்கி வந்திருப்பாள் என்று இவன் கேட்கவில்லை. இருள் சூழ்ந்தது. கமலா வடும்பு ஒடுங்கிய ஈயக்குவளை ஒன்றில் மூத்திரம் பிடித்து வந்தாள். அதனுள் மொச்சைக் கொட்டைகளை முளைக்கப் போட்டாள். இவன் ஈயக்குவளையை வாங்கி மூலையோரம் கொண்டு போய் வைத்தான். அதன் மீது பெரிய பித்தளை அண்டாவைக் கவிழ்த்து யாரும் பார்க்காத மாதிரி செய்தான். கமலா கேலியாகச் சொன்னாள்.

"இதவெச்சு அந்த வாத்தியாரு என்னத்த கண்டுபுடிக்கறாரோ... ஒரு எழவும் புரியமாட்டேங்கறது."

5

வளவின் வடக்குப் பக்கம் எங்கோ ஒரு சேவல் கூவியது. படையன் மாதாரி எழுந்து உறக்கச் சடைவை முறித்தான். கமலா மல்லாக்கப் படுத்து உறங்கியபடி பாயைவிட்டு விலகிக் கிடந்தாள். சுவாசம் கடினமாகப் பிரிந்து குறட்டையாக வெளிப்பட்டது. இவன் நிதானமாக நடந்து புறக்கடைக் கதவைத் திறந்தான். சீதளக் காற்று விறுவிறுவென வீசிற்று. விண்மீன்கள் ஆகாயம் நிலா இறங்கும் தறுவாயில் இருந்தது. கட்டுத்தரையில் மாடு அசைவாங்கியபடி படுத்திருந்தது. வாலை முதுகில் வீசி ஈக்களை விரட்டிக்கொண்டே இருந்தது. வேலியோரம் முள் மறைவில் கண்கள் ஒளிர பூனை பார்த்தபடி மெதுவாக நடந்து சென்றது.

இவன் குடைசீத்தை மரத்தினடியில் போய் நின்றான். கட்டெறும்புகள் சாரையிட்டிருந்தன. குந்தி நின்று கனுவில் மாட்டியிருந்த வடக்கயிற்றை எடுத்தான். மாட்டிடம் வீசிப் போட்டான். மாடு மிரண்டு எழுந்தது. முளைக்குச்சியைச் சுற்றி வந்தது. குனிந்து வாலைத் தூக்கி சடசடவென மூத்திரம் பெய்தது. இவன் மாடு நல்ல சகுனம் கொடுத்துவிட்டதாக நினைத்தான். வீட்டுக்குள் சென்று கமலாவை எழுப்பினான். அவள் தூக்கக் கலக்கத்திலிருந்து மீளாமல் கேட்டாள்.

"அதுக்குள்ள வெடிஞ்சிருச்சா?"

"இல்லை... நீ கோடாலிய எடுத்து வெய்யி... நாம் போயி ஆளுகள கூப்புட்டுட்டு வாரே?"

என். ஸ்ரீராம் | 21

இவன் வெளிக்கதவைத் தாழ்விலக்கித் திறந்தான். வாசற்படியோரம் செருப்பு தொடும்போது சுத்திண்ணையைப் பார்த்தான். அம்மாக்காரியை காணவில்லை. சோற்று போசி மட்டும் இருந்தது. கமலா நடையில் வந்து நின்று சொன்னாள்.

“வயசான காலத்துல வெளிக்கிக்கு இந்நேரத்துல போகாட்டி ஆகாதா... வேலிப் பொதைப் பக்கம் ஒரே பாம்பும் பல்லியுமா கெடக்குது..''

“தூங்கி எந்திரிச்சு கெழவிய கரிஞ்சு கொட்டிலீனா ஒனக்கு சோறு எறங்காது... த்தூத்திரி மாதுரிச்ச...''

இவன் காறி மண்ணில் துப்பினான். பதிலுக்குக் கமலா ஏதோ சொன்னாள். வீதி அலாதியான அமைதியில் கிடந்தது. காங்கேயம் சந்தை நாள். ஆட்களுக்கு வார விடுமுறை. இப்போது அடித்துப் போட்டதுபோலத் தூங்கிக்கொண்டிருந்தார்கள். எழுந்ததும் கூறுக்கு வந்து நிற்பார்கள். கறிச் சோறுதான். இவனிடம் அவசரம் தொற்றியது. கோழி கூப்பிட்டு வெகுநேரம் ஆகிவிட்டதுபோலத் தோன்றியது.

முதலில் பின் வளவுக்குப் போனான். நாய்கள் கூட எழுந்து குரைக்கவில்லை. காமாட்சிபுரத்தாளையும் சுப்பனையும் கூட்டிக் கொண்டு கருப்பமாதாரியைப் போய் எழுப்பினான். கருப்பமாதாரி அரைத் தூக்கத்தில் எழுந்து வீதிக்கு வந்த பின்பு கேட்டான்.

“இன்னும் நேரம் கெடக்கும்போல இருக்கு.''

கிழக்கு வானில் எரிமீன் இறங்கி அணைந்தது. நான்கு பேரும் வீட்டுக்கு வந்து அமர்ந்தார்கள். கமலா வறக் காபி வைப்பதாக வீட்டுக்குள் போனாள். உள்ளேயிருந்தபடியே சப்தமிட்டாள்.

“கெழவிய இன்னும் காணோமே.''

காப்பி போடறதுக்குள்ள ஒரு எட்டு போயி பாத்துட்டு வாரது...''

இவன் கமலாவைத் திட்டிக்கொண்டே எழுந்து நடந்தான். நாலாத் திக்கிலிருந்தும் சேவல்கள் கூவத் தொடங்கிவிட்டன. வெள்ளாடு செருமியது. மங்கிய நிலா வெளிச்சத்தில் வேலிப்புதை நிழல் கட்டிக் கிடந்தது. நான்குக்கு மேற்பட்ட ஒற்றைத் தடங்கள் பிரிந்து உள்ளே போயின. ஒரு தடத்தைப் பிடித்து இவன் நடந்தான். மலக்கவிச்சி அடித்தது. முள்ளுக்குள் சரசரவென எதுவோ போயிற்று. இவன் திடுக்கிட்டுப் பின் சுதாரித்தான். பெருச்சாளிகளின் கிறீச்சிடல் கேட்டன. ஆட்கள் இருப்பதற்கான சுவடே இல்லை. அம்மாக்காரியை நினைத்து

22 | மீதமிருக்கும் வாழ்வு

ஆத்திரம் வந்தது. வந்த வழியே திரும்பினான். இன்னொரு ஒற்றைத் தடத்தில் நுழைந்து நடந்தான். நிலா வெளிச்சம் முற்றிலும் மங்கி இருட்டு கட்டிவிட்டது. காற்றுக்கு நெடிய வளர்ந்த வாதுகள் உராய்ந்து ஓசையெழுப்பின. தடத்து மேலேயே யாரோ படுத்திருப்பதுபோலத் தெரிந்தது. இவனுக்கு உள்ளுக்குள் சிறிது அச்சம் எழுந்தது. நெருங்கிப் போனான். அம்மாக்காரிதான். அசைவில்லை. கூப்பிட்டுப் பார்த்தான். பேச்சுமூச்சு இல்லை. இவனுக்கு உடம்பு நடுங்கி விதிவிதிர்த்தது. திரும்பி வீட்டை நோக்கி ஓட ஆரம்பித்தான். இருளுக்குள் எங்கிருந்தோ ஒரு நாய் வந்து கடிப்பது போலத் துரத்தியது. வீதியில் நின்றபடியே விசயத்தைச் சொன்னான். சுத்திண்ணையில் அமர்ந்திருந்த மூவரும் சட்டென எழுந்து வேலிப்புதையை நோக்கி ஓடினார்கள். கமலா தண்ணீர்க் குடத்தைத் தூக்கிக்கொண்டு பின்னே ஓடினாள்.

இவன் வீட்டுக்குள் வந்தான். பித்தளை அண்டாவைத் தூக்கி ஈயக்குவளையை எடுத்தான். மொச்சை நொதித்து மூத்திரவாசனை மறையாமல் வீசிற்று. அடுப்படியில் கிடந்த கரித்துணியை எடுத்து வந்தான். ஈயக்குவளையின் வடும்பை மூடி வேடுகட்டினான். நேராகப் புறக்கடைக்குச் சென்றான். மாடு நின்று கொண்டு அசைவாங்கியது. சுற்றும் முற்றும் பார்த்தான். ஊரே இருளில் கிடந்தது. வடக்கே வேலிப்புதைப் பக்கம் நாய்கள் குரைத்தன. இவன் கரும்பிரண்டை வேலியோரம் குத்த வைத்து உட்கார்ந்தான். கையால் குழி பறித்தான். ஈயக்குவளையை வைத்து மண்ணை மூடினான். அதன் மேலே பலகைக் கல் ஒன்றைத் தூக்கிப் போய் வைத்தான். வீட்டுக்குள் நுழைந்து வாசற்படிப் பக்கம் போனான். வீதியில் பேச்சரவம் கேட்டது. கமலா அழுதுகொண்டே வந்தாள். அம்மாக்காரியைத் தூக்கி வந்தவர்கள் நடுவீட்டில் கிடத்திவிட்டு வீதியில் வந்து நின்றுகொண்டனர். திடீரென ஜனத்திரள் கூடிவிட்டது. இவன் உரக்கக் கூச்சலிட்டு அழ ஆரம்பித்தான்.

6

சுத்திண்ணை புழுங்கிக் கிடந்தது. இவனுக்கு பிருஷ்டசத்தில் சூடேறியது. சுவரின் நிழல் இன்னும் கிழக்கே இறங்கவில்லை. தென்புறம் தொலைவில் குயில் கூவிற்று. அம்மாக்காரியின் காரியம் முடிந்து மூன்று தினங்கள் கடந்துவிட்டன. அவளின் ஞாபகமாகவே இருந்தது. ஏனோ இன்று இவனுக்கு நேரம் நகர மறுப்பது போலவும் இருந்தது. இவன் எழுந்து சைக்கிளை நகர்த்தினான். மொச்சை

முளைத்திருந்த ஈயக்குவளையை மஞ்சள் பையில் முடித்து கேண்ட்பாரில் மாட்டியிருந்தான். யாராவது கேட்டால் சரியான பதில் கூறாமல் பொய் கூற வேண்டும் என நினைத்தான். நடுவீதியில் மாட்டுச் சாணம் கிடந்தது. கமலா மாட்டை மேய்க்க ஓட்டிப் போயிருந்தாள். இது இவனது மாட்டுச் சாணமாகத்தான் இருக்க வேண்டும் என நினைத்தான். சைக்கிளில் ஏறி மிதித்தான்.

கமலாவுக்கு இந்த மாட்டை ரொம்பவும் பிடித்துப் போய்விட்டது. இந்த மாட்டை வளர்த்திக்கொண்டு வேறு மாடு வாங்கி வெட்டிக் கொள்ளலாம் என்றுகூட சொன்னாள். செல்லமுத்து ஆசாரியிடம் வார வட்டிக்கு வாங்கிய பணத்தைத் திருப்பித் தரவில்லை. எனில் நாணயம் கெட்டுவிடும் என இவன் பதிலுக்குக் கூறி வந்தான். வரும் திங்கட்கிழமை மாட்டை அடிப்பதில் இவன் உறுதியாகவும் இருந்தான். நல்லவேளையாக எவரும் பார்க்காமலேயே ஊரைக் கடந்துவிட்டான். நிம்மதி வந்தது. கல்பாவிய மண்தடம் முடிந்து இட்டேரி தொடங்கியது. சைக்கிளின் வேகம் குறைந்தது. கடினப்பட்டு அழுத்தினான். புதை மணலுக்குள் திடீரென சைக்கிள் உலட்டியது. ஹேண்ட்பாரை நொடிக்க முடியவில்லை. சைக்கிளை விட்டு இறங்கினான். முன் சக்கர டயர் பஞ்சர் ஆகியிருந்தது. துளிகூட காற்று இல்லை. உருட்டத் தொடங்கினான்.

உச்சிவெயில் அதிக உஷ்ணத்தைக் கிளப்பியது. முதுகெல்லாம் நனைந்து சட்டை ஒட்டிக் கொண்டது. சிறிது நேரத்திலேயே கால்கள் வலிக்கத் தொடங்கின. திரும்பி ஊருக்கே போய்விடலாமா என்று கூட யோசித்தான். லாட ஆணியோ, வேலாம் முள்ளோ டியூப்பைக் குத்தியிருக்கக் கூடும். இன்னும் இரண்டு மைல் போல இட்டேரி நெளிந்து கிடந்தது. ஹேண்ட்பாரில் மஞ்சள் பை ஆடியபடி இருப்பதைப் பார்த்துக்கொண்டே நடந்தான். ஆட்களே தென்படவில்லை. தூரத்தில் மாடு மட்டும் கத்தியது.

இவன் ராசிபாளையத்தை நெருங்கும் முன்னே பள்ளிக்கூடத்து மணி அடித்து ஓய்ந்தது. மதிய உணவு இடைவேளை முடிந்து குழந்தைகள் வகுப்பறைக்குத் திரும்பி விட்டன. ஆயா அடிகுழாய் அருகில் பாத்திரங்களைச் சாம்பல் பூசிக் கழுவிக் கொண்டிருந்தாள். இவன் சைக்கிளைப் பாலை மரத்தடியில் கொண்டுபோய் நிறுத்தினான். சேந்து கிணறு சிட்டுக் குருவிகளின் கிறீச்சொலியின்றி இருந்தது. இவன் மைதானத்து கொடிக்கம்பத்தினருகில் போய் நின்றான். வகுப்பறைக்குள்ளிருந்து வாத்தியாரும் இவனைப் பார்த்துவிட்டார்.

24 | மீதமிருக்கும் வாழ்வு

பாலை மரத்தடிக்கே கூட்டிப் போனார். இவன் மஞ்சள் பையை அவிழ்த்து ஈயக்குவளையைக் காண்பித்தான்.

“ம்ம்ம்... நல்லா மொளச்சிருக்கு. அதக் கெணத்துக்குள்ள வீசிரு...''

இவன் ஈயக்குவளையைs சேந்து கிணற்றுக்குள் வீசினான். அடி ஆழத்தில் போய் நீரில் விழும் சப்தம் கேட்டது. சிட்டுக்குருவிகள் கத்தியபடி விருட்டென மேலே பறந்து வந்தன.

“உன்னோடது என்னாச்சு?''

“என்னோடது மொதக்குதுங்க?''

அப்ப கொறை உங்கிட்டதான். சரிப்படுத்தறது கொஞ்சம் கஷ்டம்தான். ஆறு மாசத்துக்காவது நீ விடாம ஒழுங்கா மருந்து எடுத்துக்கணும்.''

இவன் தலையசைத்தான். வாத்தியார் வகுப்பறைக்குள் போய்விட்டு இரண்டு டப்பிகளுடன் திரும்பி வந்தார். மூக்குப்பொடி போல இருந்த டப்பியை முதலில் இவனிடம் கொடுத்தார்.

“இந்த சூரணத்தை ஒரு கைப்பிடி.... காத்தால வெறும் வயித்துல, வெந்நீரில் போட்டு கொதிக்க வெச்சு குடிச்சிறணும், பொடி தீந்தா வந்து வாங்கிக்கலாம்.''

அடுத்ததாக வாத்தியார் வண்டிக்கீலை போல இருந்த டப்பியை இவனிடம் கொடுத்து சொன்னார்.

“இந்த லேகியத்தை ராத்திரி படுக்கும்போது ஒரு ஸ்பூன் தினமும் சாப்பிடு...''

வாத்தியார் சிகரெட் பற்ற வைத்தார். எங்கிருந்தோ நான்கைந்து சிட்டுக்குருவிகள் சேந்து கிணற்றுச் சுவரின் மீது அமர்ந்து கத்தியபடி சண்டையிட்டன. இவன் இரண்டு டப்பாவையும் மஞ்சள் பையில் ஹேண்ட்பாரில் மாட்டினான்.

“சாருக்கு... பீஸூ...''

“முந்நூறு ரூபா இருந்தா குடு... இல்லீனா அடுத்த மொற வரும் போது கொண்டு வா''

“இருக்குதுங்க...''

இவன் இடுப்பு மடியில் கட்டியிருந்த சுருக்குப் பையை அவிழ்த்தான். நூறு ரூபாய்த் தாளாய் எடுத்து வாத்தியாரிடமும் கொடுத்தான். சைக்கிளை நிமிர்த்தி உருட்டினான். வாத்தியார் புகை

என். ஸ்ரீராம் | 25

விட்டபடி இவனையே பார்த்துக்கொண்டு நின்றார். சிட்டுக்குருவிகள் கலைந்து பறந்தன. இவனுக்கு வாத்தியார் கொடுத்த மருந்தின் மேல் துளியும் நம்பிக்கையே இல்லை. இவனிடம்தான் பிரச்சனை என்பதும் உறுத்தியது. இவனுக்குப் பெரும் மனச்சோர்வை ஏற்படுத்தியது. கமலாவிடம் இதனை எப்படிச் சொல்வது எனவும் யோசித்தான். சைக்கிளை உருட்டியபடி மேற்கு பார்த்து நடந்தான். எதிர்வெயில் கண்ணை எரித்தது. இட்டேரி வெறிச்சோடியே கிடந்தது. சைக்கிள் பஞ்சர் ஆன இடத்துக்கு வந்ததும் சைக்கிளை நிறுத்தினான். மருந்து டப்பிகள் இரண்டையும் கையில் எடுத்துக்கொண்டான். கிளுவை வேலியோரம் போனான். காரை முட்கள் படர்ந்து கிடந்த புதைக்குள் டப்பிகளை வீசியெறிந்தான். திரும்பவும் சைக்கிளை உருட்டினான். முயலடியின் நிழல் முன்னே தடத்தில் விழுந்து முகத்தில் வடிந்த வியர்வையைத் துடைத்துக் கொண்டான். கமலா எழுந்து நின்று கேட்டாள்.

“வாத்தியாரு என்ன சொன்னாரு?’’

“ஒங்கிட்டதான் கொற இருக்குதுன்னு சொல்லறாரு... கொணப்படுத்தறது கஷ்டமுன்னும் சொல்லுறாரு...’’

கமலா வேகமாகத் திரும்பி வீட்டுக்குள் போனாள். இவன் சுத்திண்ணையில் உட்கார்ந்தான். கொஞ்ச நேரத்துக்குப் பின்பு கமலா விசும்பி அழும் ஓசை வீட்டுக்குள்ளிருந்து கேட்டது. இவன் அப்போதும் யோசித்தபடியே சுத்திண்ணையில் உட்கார்ந்திருந்தான். வெயில் தாழ்ந்துகொண்டிருந்தது.

7

படையன் மாதாரி மாட்டை அவிழ்த்துப் பிடித்தான். கருப்பமாதாரி மாட்டின் நடுவயிற்றில் வடக்கயிற்றை வீசி, சுருக்கு வைத்து இழுத்தான். முடிச்சு நெருங்கிப் போய் அடிவயிற்றில் இறுகிற்று. காமாட்சிபுரத்தான் கருப்பமாதாரியோடு நின்று வடக்கயிற்றைப் பிடித்துக்கொண்டான். சுப்பன் இவன் அருகில் வந்து நின்றான். இவன் மாட்டின் மூக்கணாங்கயிற்றைக் கெட்டியாகப் பிடித்து மேலே தூக்கினான். சுப்பன் கொம்புகளைப் பிடித்துக் கீழே அழுத்தினான். மாடு கால்களை ஊன்றி விறைத்து நின்றது. கழுத்து கீழ்நோக்கி வளைய மறுத்தது. இவன் கருப்ப மாதாரியைப் பார்த்துக் குரல் கொடுத்தான்.

“வெகையா கயித்த சுண்டுங்க.’’

கருப்ப மாதாரியும் காமாட்சிபுரத்தானும் வடக்கயிற்றை இழுத்தனர். மாட்டின் கழுத்து ஒரு திசையிலும் உடம்பு ஒரு திசையிலும் கொஞ்சம் கொஞ்சமாகச் சரிய ஆரம்பித்தது. மாட்டுக்கு விறைப்பு தளர்ந்தது. நிலத்தில் ஊன்றிய கால்கள் தள்ளாடின. மூச்சுவிடச் சிரமப்பட்டது. வயிறு உப்பி வந்தது. மாடு திமிர முயன்று தோற்றது. கால்கள் வலுவிழந்தன. சுப்பன் கொம்புகளை விடாமல் அழுத்தினான். கருப்பமாதாரியும் காமாட்சிபுரத்தானும் வடக்கயிற்றை மேலும் விசைகொண்டு இழுத்தனர். மாடு சோர்ந்தது. எதிர்ப்பை காட்டவில்லை. தரையில் சாய்ந்து விழுந்தது. புழுதிப் படலம் எழும்பிற்று. கருப்பமாதாரியும் காமாட்சிபுரத்தானும் மாட்டின் அருகில் ஓடினர். மாடு மறுபடியும் எழ முயலுவதற்குள் வடக்கயிற்றால் முன்னங்கால்களை இறுக்கிக் கட்டினர். பின் அகன்று கிடந்த பின்னங்கால்களையும் ஒன்று சேர்த்துக் கட்டினர்.

சுப்பன் இவனிடமிருந்து மூக்கணாங்கயிற்றையும் சேர்த்து வாங்கிக் கொண்டான். மாட்டின் தலையை மண்ணோடு வைத்து அழுத்தினான். கொம்பின் மீதே அமர்ந்துகொண்டான். மாடு பெருமூச்சுவிடத் தொடங்கிற்று. மூச்சுக்காற்றுக்கு மெலிதாய்ப் புழுதி எழும்பிற்று. வயிறும் ஏறி இறங்கியது. இவன் எழுந்து குடைசீத்தை மரத்தினடிக்குப் போனான். வீட்டுக்குள்ளிருந்து கமலாவின் இருமல் சப்தம் கேட்டது. அவள் விழித்தபடியே ஏனோ எழுந்து வராமல் இருக்கிறாள். இவன் கோடரியை எடுத்துக்கொண்டு திருப்பினான். கயிற்றைப் பிடித்திருந்த இருவரும் மாட்டின் வயிற்றின் மீது ஏறி அமர்ந்திருந்தார்கள். கருப்பமாதாரி வாயில் பீடி புகைந்துகொண்டிருந்தது. இவன் மாட்டின் தலை மேலே கோடரியைத் தூக்கிப் பிடித்தான். மாடு பெருமூச்சு விடும் ஓசை மட்டுமே கேட்டது. சுற்றும் முற்றும் பார்த்தான். வீதி விளக்கு வெளிச்சத்தில் ஒரு நாய் கம்பத்தை முகர்ந்து பார்த்தபடி போயிற்று. ஊருக்குள் இருந்தும் வேறு ஓசையே கேட்கவில்லை. இவனுக்கு இன்னும் முதல் கோழிகூட கூவவில்லை எனத் தோன்றியது. கமலா வீட்டுக்குள்ளேயே படுத்திருந்தாள். வாத்தியாரிடம் இவன் போய்விட்டு வந்து சொன்னதிலிருந்து அவள் யாரிடமும் பேசுவதில்லை. கடந்த மூன்று தினங்களாக மாட்டைக்கூட மேய்ப்பதற்கு ஓட்டிச் செல்லவில்லை. கருப்பமாதாரி வாயில் பீடி புகை கசிய சப்தமிட்டான்.

“நேரம் போயிட்டு இருக்கு… என்ன ரோசனை பண்ணறே?’’

என். ஸ்ரீராம் | 27

இவன் வடகிழக்குத் திசையை நோக்கி ஒருமுறை பார்வையைத் திருப்பி மனசுக்குள் கும்பிட்டுக்கொண்டான். வாய்க்குள் முனகினான்.

“பட்டத்தரசி ஆத்தாவே...''

ஒருகணம் மாட்டைப் பார்த்தான். கொம்புகளை அழுத்தியிருந்த சுப்பன் ஜாடை காண்பித்தான். இவன் இறக்கினான். மாட்டின் கொம்புகளுக்கிடையே நெற்றிப் பொட்டில் கோடரி மோதிக் குதித்தது. தொடர்ந்து மூன்று முறை நிற்காமல் அதே இடத்தில் கோடரி இறங்கியது. மாடு கால்களை உதறியது. ஈனஸ்வரத்தில் கத்தி ஓய்ந்தது. கொம்பின் மீது அமர்ந்திருந்த சுப்பன் எழுந்து தள்ளிப்போய் நின்றான். மாட்டிடம் சுரத்தில்லை. லேசான சுவாசம் வெளிப்பட்டுக்கொண்டிருந்தது. இவன் மறுபடியும் கோடரியை உயர்த்தினான். தொடர்ந்து மேலும் இருமுறை நிற்காமல் மாட்டின் நெற்றிப் பொட்டையே குறி வைத்து அடித்தான். மாட்டுக்கு உதறிய கால்கள் அடங்கின. வாலடியில் மூத்திரம் ஒழுகி, குலவையாகச் சாணம் பிதுங்கியது. காதுகளிலிருந்து ரத்தம் பீறிட்டது. வயிற்றின் மீது அமர்ந்திருந்தவர்களும் எழுந்தார்கள். மாட்டுக்குக் கண்கள் விழித்தபடியே கிடந்தன. வடக்கயிற்றைத் தளர்த்தினார்கள். கமலா எழுந்து கட்டுத்தரைப் பக்கம் வரவேயில்லை. இவனே வீட்டுக்குள் சென்று வெட்டறுவாளையும் முட்டியையும் எடுத்துக்கொண்டுவந்து கொடுத்தான். கருப்பமாதாரி மற்ற இருவரோடு சேர்ந்து மாட்டின் தோலை உரிக்க ஆரம்பித்தான். இவன் மாட்டின் தலைப்பகுதியோரம் உட்கார்ந்தான். பீடி பற்ற வைத்தான். சிறு வெளவால்கள் தலைக்கு மேலே பறந்தன. கிழக்கே வானம் காரி கட்டியிருந்தது. வேலிப்புதைப் பக்கமிருந்து செம்பூத்து கூவிற்று. வீதியில் சிலர் நடந்து செல்லும் பேச்சரவம் கேட்டது. கருப்ப மாதாரி அரிந்து எடுத்த தோலைச் சுருட்டியபடியே இவனிடம் சொன்னான்...

“போய்... உப்பு கொண்டா..?''

இவன் குறைப் பீடியை வீசிவிட்டு எழுந்தான். மறுபடியும் வீட்டுக்குள் போய் அடுப்போரம் உப்புச்சாடியைத் தேடினான். கமலா எழுந்தமர்ந்து சிக்குண்ட முடியை விரலால் கோதி கொண்டையிட்டுக் கொண்டிருந்தாள். இவன் கோட்டடுப்பை ஒட்டி விறகுகளோரம் உப்புச்சாடி இருப்பதைக் கண்டான். குனிந்து எடுக்கும்போது கமலா பேசினாள்.

28 | மீதமிருக்கும் வாழ்வு

“நா... மாடாப் பொறந்திருந்தா... இந்நேரம் என்னையும் வெட்டிக் கூறுதானே போட்டிருப்பாங்க?’’

இவன் திடுக்கிட்டுப் போனான். கமலாவை உற்றுப் பார்த்தான். கமலா சிரித்தாள். அந்தs சிரிப்பையும் அவள் சொன்னதையும் இவனால் தாங்கிக்கொள்ளவே முடியவில்லை. பதில் ஏதும் கூறாமல் பின்கட்டு நடைப்பக்கம் நகர்ந்தான். கமலா எழுந்து நின்றாள்.

“வறக்காப்பி போட்டுட்டு வரட்டுமா?’’

“ம்ம்ம்.’’

இவன் உப்புச்சாடியை தூக்கிக்கொண்டு மாட்டிடம் வந்தான். கருப்பமாதாரியும் மற்றவர்களும் கறியை அரிந்து சாக்கின் மீது வீசிக்கொண்டிருந்தார்கள். மாட்டின் இரு கொம்புகளையும் கால் குளம்புகளையும் வால் முடியையும் தனியே எடுத்து வைத்திருந்தனர். அவ்விடமே இரத்தக் கவிச்சி வீசிற்று. இவன் கமலா சொன்னதையே திரும்ப திரும்ப நினைத்தான். சிதைந்த மாட்டைப் பார்த்தான். மாடு மறைந்து போயிற்று. கமலாவின் சதைகள் வெட்டி எடுக்கப் படுவதுபோல உணர்ந்தான். கணத்தில் பார்வையைத் திருப்பிக் கொண்டான்.

அதற்கு மேல் இவனால் அங்கு நிற்க முடியவில்லை. உப்புச்சாடியை நிலத்தில் வைத்தான். கொம்புகளையும் குளம்புகளையும் வால் முடியையும் ஒரு சாக்கில் சுற்றித் தூக்கிக்கொண்டான். நடந்தான். குடைசீத்தை மரத்தினோரம் ஒரு நாய் உட்கார்ந்து கறி சாக்கையே நோட்டமிட்டபடி இருந்தது. இவன் குனிந்து கல்லை எடுப்பதுபோல பாவ்லா செய்தான். நாய் வாலைப் பம்மிக்கொண்டு வீதியைப் பார்த்து ஓடிற்று.

இவன் வேலிப்புதையை நோக்கி நடந்தான். காகத்தின் கரைப்பொலி கேட்டது. இருள் பிரிந்திருந்தது. ஒற்றைத் தடத்தில் காலடி தெளிவாக தெரிந்தது. கீழ்வானம் நெடுக கருமுகில் மூடித் துலங்கிற்று. கல் குட்டையில் தவளைகள் கத்தியபடி இருந்தன. சுமந்து வந்த சாக்கைத் தூக்கி போட்டான். சாக்கு பாசம் போர்த்திய தண்ணீரில் விழுந்து மூழ்கியது. திரும்பி நடந்தான். கமலா படுத்துக் கிடந்தாள். அவள் கைகள் இரண்டையும் ஆட்கள் இழுத்துப்பிடித்திருந்தார்கள். கால்களையும் அழுத்தியிருந்தார்கள். இவன் கோடரியை எடுத்தான். இவன் கண்கள் கமலாவின் நெற்றிப் பொட்டையே குறிப்பார்த்தன. கோடரியை ஓங்கினான். கமலா திமிறினாள். சப்தமிட்டுக் கத்தினாள். தலையை

சிலுப்பிக்கொண்டான். பிரக்ஞை மீண்டான். கோடரியும் கமலாவின் நெற்றிப் பொட்டும் திரும்ப திரும்ப இவன் கண்களுக்குள்ளேயே நிழலாடின. எதற்காக இப்படியெல்லாம் தனக்கு எண்ணங்கள் எழுகின்றன என யோசித்தபடி நடந்தான். இவன் நேராக கறி அரியும் இடத்திற்குச் செல்லவில்லை. வெளிநடைக் கதவைத் திறந்து உள்ளே போனான். அடுப்படியோரம் உட்கார்ந்து கமலா வறக்காப்பியைச் சல்லடையில் வடித்துக் கொண்டிருந்தாள்.

இவன் அவள் அருகில் சென்று அமர்ந்தான். கருப்பமாதாரி எதற்காகவோ மற்றவர்களைச் சப்தமிட்டு கொண்டிருப்பது கேட்டது. நாய்கள் ஒன்றோடு ஒன்று சண்டையிடும் சலசலப்பும் குரைப்பொலியும் எழுந்தன. இவன் மெதுவாக அவள் தோளைத் தொட்டான்.

“கமலா?’’

கமலா இவனை நிமிர்ந்து பார்த்தாள்.

“கொற எங்கிட்டதான்... நா... பொய் சொல்லிட்டேன்...’’

கமலா பதில் பேசவில்லை. சற்றுநேரம் அமைதியாகவே இருந்தாள். இவனுக்கு உள்ளுக்குள் பயம் எழுந்தது. அவள் இவனைவிட்டு ஓடிவிடுவாள் என நினைத்தான். கமலாவையே பார்த்தபடி அமர்ந்திருந்தான். அவள் மெல்லச் சிரித்தாள்.

“கொற... ஆருகிட்ட இருந்தா என்ன? நமக்குக் கொழந்த இல்ல... இந்த ஜென்மத்துல... அவ்வளவுதான்... போங்க கறிய கூறுபோட்டு காசாக்கற வழியப் பாருங்க... ஆசாரிக்குப் பணத்த குடுத்தாத்தான் அடுத்த வாரத்துக்கு மாடு வாங்க முடியும்’’

கமலா மேலும் சிரித்தாள். இவனை அருகில் இழுத்து அணைத்து முத்தமிட்டாள். பதிலுக்கு இவனும் ஒருமுறை முத்தமிட்டான். கமலா வறக்காப்பிப் போசியைத் தூக்கி இவனிடம் கொடுத்தாள். அதற்குள் கருப்பமாதாரி இவனைக் கூறு வைக்கும்படி சப்தமிட்டான். இவன் எழுந்து போசியோடு கறி அரியும் இடத்துக்குப் போனான். நன்றாக விடிந்திருந்தது. வளவுக்குள்ளிருந்து ஆட்களும் வந்திருந்தார்கள். எட்டத்தில் செல்லமுத்து ஆசாரியும் நின்று பார்த்துக்கொண்டிருந்தார்.

(உயிர் எழுத்து, செப்டம்பர்-2012)

30 | மீதமிருக்கும் வாழ்வு

மீதமிருக்கும் வாழ்வு

சரிந்த மலையின் அடிவாரத்தில் சீமையோடிட்ட வீடுகள் சிறுத்துத் தெரிந்தன. தொடுவானத்துக்கடியில் கருக்கல் கட்டியிருந்தது. படிக்கட்டுக்கள் இளமதிய வெயில்பட்டு சூடேறிவிட்டது. கோமதிக்கு பொடணியில் வியர்வை அரும்பி தாலிச்சரடு நனைந்து விட்டது. இன்னும் உச்சிமலைக்கோயில் தென்படவேயில்லை. அடுக்கடுக்காய் படிக்கட்டுகள் நீண்டு, மேலே போய்க்கொண்டேயிருந்தன. முன்னால் விசையாக ஏறிக் கொண்டிருந்த பாப்பாத்தியக்கா திரும்பி நின்று சப்தமிட்டாள்.

"மளார்ன்னு வா புள்ள... உச்சிப்பூச முடிஞ்சா பூசாரி எறங்கிடுவாரு..."

கோமதி விரைசலாக எட்டு வைத்தாள். கால்கள் மெல்லிசாய் நடுங்கின. மூட்டுகளில் வலி எடுத்தன. இளப்பெடுத்தது. நாக்கு வறண்டு விட்டது. தண்ணீர் குடிக்கணும்போல் பட்டது. மரநிழலில் சிறிது நேரம் அமர்ந்துவிட்டுச் செல்லலாம் எனவும் தோன்றியது. மேலே அண்ணாந்தாள். பொழுது மத்திக்கு வந்துகொண்டிருந்தது. பாப்பாத்தியக்கா பதினைந்து படி தாண்டி மேலேறிக்கொண்டிருந்தாள். நிற்க முடியாது, தேங்காய் பழ மஞ்சள் பையைக் கைமாற்றினாள். செவ்வரளிப் பூவும் சம்பங்கி ஆரமும் வாடிக்கொண்டிருந்தன. படிக்கட்டோரம் இருபுறமும் சிமெண்ட் திண்டில் ஆங்காங்கே குரங்குகள் உட்கார்ந்திருந்தன. அடிவயிற்றில் குட்டியைச் சுமந்த குரங்கு கோமதியின் காலடியோரம் வந்தது. அதன் பார்வை மஞ்சள் பையின் மீதே இருந்தது. கோமதி கையை ஓங்கி விரட்டினாள். அது பயப்படவேயில்லை. முறைத்தது. கோமதி பாப்பாத்தியக்காவைக் கூப்பிட்டாள்.

"அக்கா... அக்கா... கொரங்கு..."

என். ஸ்ரீராம் | 31

“சென்னிமலைk கொரங்கு சேட்டையின்னு செலவாந்திரம் சொல்லறது சும்மாவா?''

பாப்பாத்தியக்கா வேகமாக ஓடி ஊஞ்சவிளாரை ஓடித்தாள். ஓங்கியபடி இறங்கி வந்தாள். ஊஞ்சவிளாரைக் கண்டதும் குரங்கு தாவி திண்டில் ஏறிற்று. குதித்து ஊஞ்சமரவாதுகளைப் பற்றித் தொங்கிற்று. மற்ற குரங்குகளும் கலைந்து கரட்டுக்குள் ஓடின. கரடெங்கும் சாடுங்கிக் கிடந்தது. வெயிலின் தகிப்பில் புற்கள் உலர்ந்து கிடந்தன. விடத்தாலனும் கிளுவையும் முள் நிமிர்த்தி உறைந்து நின்றன. எட்டத்தில் மயில்கள் அகவின. இருவரும் சேர்ந்தே படியேறினார்கள்.

“ஏங்கோமதி.. எத்தனை நாளைக்குத்தா நீயும் கோயிலு... கோயிலுன்னு... ஏறி எறங்கப் போறே? ஓடிப்போன புருஷன் இனிமேலா திரும்பி வரப்போறா?''

கோமதி கனமான மூச்சிரைப்புனூடே துணுக்குற்று பாப்பாத்தியக் காவைப் பார்த்தாள்.

“ஆமா புள்ள... அவெனென்ன உன்ன நல்லாவா வெச்சிருந்தான். தெனமும் குடி.. கூத்தியா... உன்ன வீதியில இழுத்துவைச்சு ஒதைச்சு சந்தி சிரிக்க வெச்சான். அஞ்சு பைசாவுக்கு புரயோசனப்படாத பயல்... ஊரெல்லாம் கடன்.. ஓடிப்போயிட்டான். சனியன் உட்டுதேன்னு நெனைக்காம அவனப்போயி வருவான்... வருவான்னு... அவன் வந்துதா இனி என்னாகப்போகுது... பழைய குருடி கதவைத் தெறடி கதயாத்தான் இருக்கும்...''

காற்றடங்கியிருந்தது. குரங்குகள் உலுக்கி ஊஞ்சல்வாதுகள் அசைந்தன.

“இன்னிக்கு தன்னாசியப்ப பூசாரியக் கேட்டு ரெண்டுல ஒண்ணுல முடிவு பண்ணிக்கலாம்... நாளையும் பொறகு அந்த ஆகாவழிப் புருஷனைத் தேடி நீயும் கோயில் கொளமுன்னு அலையப்படாது...''

கோமதி இதற்கும் பதிலேதும் கூறவில்லை. பாப்பாத்தியக்கா வானத்தை பார்த்தாள். பொழுது உச்சிக்கு ஏறிவிட்டது. படியேறுவதில் வேகம் கூடியது. வெள்ளாடுகள் படிக்கட்டோரம் நிழல் விழுந்த இடங்களில் படுத்து அசைபோட்டுக்கொண்டிருந்தன. குட்டிகள் பொய்ச் சண்டையாக ஈட்டி போட்டுக்கொண்டிருந்தன. முருகன் கோவிலில் கூட்டம் வரிசையில் நின்றது. எல்லோருமே தார்ச்சாலை வழியாக வாகனங்களில் வந்தவர்கள். புளியடிவிநாயகரைச் சுற்றி வந்து பெரிய கோபுரத்தினுள் நுழைந்தார்கள். கொடி மரத்தினடியில் சூடம் கொளுத்தி இருவரும் கை கூப்பினார்கள். கருவறையிலிருந்து மணிச்

சப்தம் கேட்டது. வெளிப்பிராகாரத்தில் இடப்புறமாக நடந்தார்கள். கல்தரை கொதித்தது. பின்புறத்தில் வள்ளி, தெய்வானை சன்னதியை ஒட்டி கல் படிக்கட்டுகள் மேலேறின. பொந்து விழுந்த ஆயமரக்கல் திருணையின் மேல் கல்நாகச் சிற்பங்கள் பதிந்திருந்தன. விடத்தலா மரமொன்றில் குழந்தை வேண்டி தொட்டில் கட்டியிருந்தனர். பிரிதொரு ஆயலமர நிழலில் சொந்த வீடு கட்டும் கோரிக்கையுடையோர் சிறு பலகைக் கல்லடுக்கி வீடாக்கியிருந்தனர்.

“நம்ம ஊர் காட்டுல ஆம்பளத் தொணையில்லாம பொம்பள தனியா வாழறது கஷ்டம்தான். நீயுங்காட்டி இவ்ளோ காலம் சமாளிச்சு வந்துட்டே... நானா இருந்தா அப்பவே கெணறோ, குட்டையோ உழுந்து நாண்டிருப்பேன். எனக்கெல்லாம் இப்பிடி வாழற திராணியில்ல... உங்க கஷ்டம் புரியாம நா ஏதேதோ சொல்லிட்டேன்... மனசுல வெச்சுக்காதே கோமதி...''

“நீ சொல்றதும் ஞாயம்தானக்கா...''

நான் இந்த மொற சாமி கேக்க வர்றது... ஓடிப்போன அந்த ஆளுக்காக இல்ல... எம் பய்யனுக்காக...''

“ஏதும் கண்ணாலம் கீது செய்யலாமுன்னு ரோசனையா?''

ம்கூம்... அவங்கெட்ட கேட்டுக்கு அது ஒன்னுதாங் கொறச்சல்...''

“லாரிக்கு போயிட்டு நல்லாத்தானே இருந்தே...''

“இப்ப அவன் தொண்டு தொருசுகளோட சேர்ந்து சுத்தறான். அவங்கொணம் அந்த ஆளு மாதிரியே இருக்கு... குடிச்சுப் போட்டு ஊட்டுக்கு வர்றான்... ஏதாச்சும் கேட்டா அந்தாளு மாதிரியே கை நீட்டறான்... புருஷங்கிட்ட அடிதின்னப்ப எல்லாம் தாங்கிக்கிட்டேன். புள்ளகிட்ட அடிதிங்கறத தாங்கமுடியலக்கா...''

கோமதியின் கண்களில் நீர் துளிர்த்து வழிந்தன. பாப்பாத்தியக்கா சட்டென நின்றாள்.

“இதுக்குப் போயி எதுக்கு புள்ள அழுவறதே... நம்ம தன்னாச்சியப்பர் பூசாரிகிட்ட கறுப்புக் கயிறு மந்திரிச்சு கட்டினா அவந் திருந்திருவான்....''

2

வெளி காற்றடங்கி உக்கிரம் கண்டிருந்தது. மீசையய்யன் சென்னிமலை முருகன் கோபுரத்தைப் பார்த்தபடியே சைக்கிளை மிதித்தார். கேரியரில் சுருட்டிக்கட்டிய சாக்குகள் விழும் நிலையில்

தொங்கின. புளியமரங்கள் இருமருங்கமைந்த தார்ச்சலை. நிழல் ஒடுங்கி வெயில் நேராக இறங்கியிருந்தது. எட்டத்தில் கானலோடியது. வாகனங்கள் மிகுந்தே போயின. பிடாரியூர் மேடேறும்போது, பெடலை விசையாக அழுத்த வேண்டியிருந்தது. கால்கள் சலித்து விட்டன. நெற்றி வேர்த்துக் கண்களில் இறங்கிக் கரித்தது. ஒரு கையால் தோள் துண்டை எடுத்துக் கண்களைத் துடைத்துக்கொண்டார். அப்படியே நரையோடிய கம்பரக்கத்தி மீசையையும் ஒதுக்கிவிட்டுக்கொண்டார்.

மீசையய்யன் வெள்ளோட்டிலிருந்து வெயில் ஏறுவதற்குமுன்பே கிளம்ப நினைத்திருந்தார். சந்தை படு சம்பல். முருங்கைக்காய் இழுவை இல்லை. விற்காமல் இளமதியம் வரை கத்தைகள் போட்டு வைத்திருந்தார். கடைசிவரை விலை ஏறவேயில்லை. சாக்கு மாற்றும்போது மனசு வருத்தமாக இருந்தது. சாலையில் பாம்பு அடிபட்டு ரத்தக்கறையுடன் சப்பழிந்து போய்க் கிடந்தது. சாக்கு போக்ஸ் கம்பிகளில் உராயும் சப்தம் எழுந்தது. கழுத்தை மட்டும் திருப்பிப் பார்த்தார். சாக்குகள் தரைவரை சரிந்து தொங்கிற்று. தூரத்தில் லாரி ஒன்று முறைச்சலுடன் வருவது தெரிந்தது.

மீசையய்யன் காலூன்றி சைக்கிளை நிறுத்தினார். சாக்குகளை கேரியரில் சரியாக மாட்டினார். மறுபடியும் கிளம்பினார். வீடுகளுக்கு பின்னே படிக்கட்டோடு மலைக்கோவில் கோபுரம் தெரிந்தது. கருடன் மிதப்பது போல் வட்டமிட்டுக்கொண்டிருந்தது. தட்டோடிட்ட ஏறப்புத் திண்ணை மீதான கைத்தறியில் சிலர் நெசவு நெய்து கொண்டிருந்தார்கள். சாலையோரமெங்கும் மூங்கில் கழிகளில் நூல் சுருணைகள் பல வர்ணங்களில் காய்ந்துகொண்டிருந்தன. ஒரு தறியில் மூன்று பேர் சோர்ந்து பாவு பிணைந்துக்கொண்டிருந்தார்கள். ரேடியோவில் சப்தமாகச் சீர்காழியின் குரல் கேட்டது.

பிராட்டியம்மன் கோபுரச்சுதை சிற்பங்களிடையே புறாக்கள் அமர்ந்து அணத்திக் கொண்டிருந்தன. கல்குறிஞ்சி மண்டபத்தைச் சுற்றிலும் ஒன்றை மாட்டு வண்டிக்காரர்கள் வண்டியை அவிழ்த்துவிட்டிருந்தனர். மூக்காணியில் எருதுகள் கட்டப்பட்டிருந்தன. வண்டிப்பேட்டை முக்கு நெருங்கும்போதே கொட்டு மேளச்சப்தம் ஓங்கிக் கேட்டது. ஆளும் கட்சிக் கரைவேட்டியினர் கூட்டம் கூட்டமாக நின்று சப்தமான குரலில் பேசிக்கொண்டிருந்தனர். பேருந்துகளும் மற்ற வாகனங்களும் தேங்கி தேங்கிப் போய்க்கொண்டிருந்தன. முக்கின் நடுமத்தியில் ஆட்டக்காரர்கள் அடவுகட்டி ஆடினர். எல்லோரும் ஒரே மாதிரி நீலநிற உடை அணிந்திருந்தனர். பறை முழங்கிற்று. கொம்பூதிகள் ஊதிக்

34 | மீதமிருக்கும் வாழ்வு

கொண்டேயிருந்தனர். அடிக்குத் தகுந்தாற்போல் ஆட்டக்காரர்களின் தப்பாட்டம் முன்னும் பின்னும் நகர்ந்தன. கால் சலங்கைகள் சதிராடின. கிளுகிளுப்பைகள் குலுங்கின. வேடிக்கை பார்த்தவன் ஒருவனிடம் மீசையய்யன் கேட்டார்.

"என்ன விசேஷமப்புனு?"

"ஈரோட்டுல இருந்து நம்ம மந்திரி இந்த வழியா பழனி போறாரு..."

ஆட்டக்காரர்களின் மொத்த உடம்பிலிருந்தும் வியர்வை கொட்டியது. தமுக்கு அடிப்பவர் இருவரும் நெருக்கத்தில் நின்று அடித்தார்கள். சப்தம் காதை அடைத்தது. மீசையய்யன் அவ்விடத்தை விட்டு நகர்ந்தார். சற்றுத் தள்ளி ஆட்டோவில் வைத்து பிரியாணிப் பொட்டலம் விநியோகித்துக்கொண்டிருந்தனர். அங்கு ஒரே சப்தமாகக் கிடந்தது. ஆட்கள் ஆளாளுக்குக் கத்தினர். ஏதோ கைகலப்பு போலத் தோன்றியது.

மீசையய்யன் சைக்கிளை உருட்டிக்கொண்டு கிட்டத்தில் போய்ப் பார்த்தார். தெண்டபாணிதான் கத்திக்கொண்டிருந்தான். அவனும் ஆளும்கட்சிக் கரைவேட்டியில் இருந்தான். கண்கள் சிவந்து கிடந்தன. ஆட்கள் அவனைச் சமாதானப்படுத்திக்கொண்டிருந்தனர். அவனைப் பிடித்துக் கூட்டத்துக்கு வெளியே இழுத்தனர் சிலர். அவன் திமிறிக் கொண்டு ஆட்டோவிடம் ஓடினான். உளறலாய்க் கத்தினான்.

"மட்டன் பிரியாணிக்கு குஸ்காவக் குடுத்தா ஏமாத்தறே பொறம் போக்கு நாயே..."

தெண்டபாணி இருந்திருந்தாற்போல ஆட்டோவை எட்டி உதைத்தான். ஆட்டோவுக்குள் அமர்ந்து பிரியாணிப் பொட்டலம் எடுத்துக் கொடுத்துக்கொண்டிருந்த அவனது கையை பிடித்து வெளியே இழுத்தான். உள்ளே இருந்தவன் வரமறுத்தபடி உதறினான். ஆட்டோ ஆடியது. தெண்டபாணி வேட்டியைப் பிடித்து இழுத்தான். வேட்டி கையோடு வந்துவிட்டது. தெண்டபாணி வேட்டியைச் சுருட்டி சாக்கடைக்குள் வீசியெறிந்தான். உள்ளே இருந்தவன் ஜட்டியோடு எழுந்து வெளியே குதித்தான். குதித்த வேகத்தில் காலைத் தூக்கி தெண்டபாணியின் இடுப்பில் உதைத்தான். உதையின் விசையில் தெண்டபாணி தடுமாறி கூட்டத்துக்குள் சரிந்தான். மேலும் அவனை அடிக்க ஆட்கள் குழுமினர். யாரும் விலக்க முன்வரவில்லை. பறை முழங்கியபடியே இருந்தது.

என். ஸ்ரீராம் | 35

மீசையய்யனால் அதற்கு மேல் அங்கு நிற்க முடியவில்லை. சைக்கிளை உருட்டிக் கொண்டு கூட்டத்தைத் தாண்டி வெளியேறினார். அவருக்குத் திடுமென வெறுமை மனசெங்கும் சூழ்ந்ததுபோல இருந்தது. வெயிலில் கிழக்கு பார்த்து சைக்கிளை மிதித்தார்.

3

வெயிலைத் தவிர எதுவுமற்ற வெளி. கீழே மங்கலாக ஊர்கள் தெரிந்தன. படிக்கட்டுகள் கம்பி வேலியிட்ட இரும்புக்கோபுரம் வரை மேலே போயிற்று. ஆயமர நிழலில் படிந்த இடங்களில் குரங்குகள் நிலை கொள்ளாமல் திரிந்துகொண்டிருந்தன. படிக்கட்டிலிருந்து இடப்புறம் சரிந்த இறக்கத்தில் கோமதியும் பாப்பாத்தியக்காவும் இறங்கினார்கள். மழை பெய்து மண் அரித்த பள்ளம் மண்தடமாய்ப் போயிற்று. வழி பாலைமரங்களால் நிறைந்து வெயிலும் நிழலும் கட்டிப் போயிருந்தது. கழுத்து நீண்ட பெண்மயில் மிரட்சியுடன் பார்த்துக் கொண்டு ஓடிற்று. தோளின் மீது உட்கார்ந்திருந்த குழந்தையை ஒரு கையிலும் அவிழ்ந்த வேட்டியை இன்னொரு கையிலும் பிடித்தபடி ஊர்க்காரர் ஒருவர் மேலேறி வந்துகொண்டிருந்தார்.

கோமதி, பாப்பாத்தியக்காவின் பின்னே நடந்தாள். வெறும் காலைப் பொடிசுட்டது. திடீரென வெயில் பூச்சிகள் சப்தமிட்டன. பகலின் வெறுமை கலைந்ததுபோல் தோன்றியது. உச்சிப்பொழுதை மூடி ஒற்றை முகில் நகர்ந்தது. இருவரும் புண்ணாக்குச்சித்தர் குகையை அடைந்தனர். வாசற்படியில் ஏற்கெனவே ஊதுபத்தி புகைந்தது. பாப்பாத்தியக்கா சூடம் கொளுத்தினாள். இருவரும் விழுந்து வணங்கினர். குகையில் தற்போது ஆள் இறங்காதளவுக்குக் கம்பி வலையிட்டு மூடித் தடுத்திருந்தனர். முன்பு ஒல்லியான ஆள் உள்ளே இறங்கி மேலேறி வரமுடியும்.

“ஏக்கா இப்ப கொகைய மூடி வெச்சிருக்காங்க?’’

ஆடு மாடு மேய்க்கற பசங்க கல்ல கரட்ட ஏதாச்சும் வீசிருவான்னு இருக்கும்…’’

மறுபடியும் இருவரும் மண்தடத்தில் இறங்கிக் கீழே நடந்தார்கள். வெயில் கூடியிருந்தது. மணியோசை கேட்கத் தொடங்கியது. ஆட்கள் பேசும் அரவம் காதில் விழுந்தது. பாப்பாத்தியக்கா விரைசலாய் எட்டு வைத்தபடி கூறினாள்.

"பூச ஆரம்பிச்சுருச்சுன்னு நெனைக்கறேன்...''

நம்ம செரியான நேரத்துக்கு வந்து சேந்துட்டோம்.''

குன்றின் அடிவாரத்தில் வரிசை வரிசையாகk கரும்பனைகள் நின்றன. தென்னைகளின் பச்சைநிற உச்சியும் அதனிடையே பழுப்புநிற நெல்வயல்களும் தொலைதூரம் வரை விரிந்து கிடந்தன. ஊர்கள் கையளவில் குறுகிக் காணப்பட்டன. ஆயமர வேர்களிடையே தன்னாசியப்பர் கிழக்கு பார்த்து நின்றார். மேனியெங்கும் மஞ்சள் வர்ணப்பூச்சு. கருமையில் தடித்த மீசை, கண்களுக்குள் நேராக நேராக்கும் விழித்தீட்சண்யம். தன்னாசியப்பர் காலடியை ஒட்டி நெடிதும் குறுகலுமான சூலங்கள். சூலங்களின் கூர்நுனியில் குங்குமமிட்ட எலுமிச்சைகள் குத்தப்பட்டிருந்தன.

கோவில் முன்பான பாறைப்பரப்பில் சனங்கள் நிறைய உட்கார்ந்திருந்தனர். கோமதியும் பாப்பாத்தியக்காவும் பின்பகுதியில் சனங்களை ஒட்டி அமர்ந்தனர். எங்கும் நிசப்தம் இருந்தது. ஆயமரத்தின் நிழல் ஒடுங்கியிருந்தது. பாதிவாதுகளுக்கு மேல் பட்டுப்போயிருந்தன. பூசாரி விருத்தம் பாட ஆரம்பித்தார். பூசாரிக்கு அம்மை வடுக்கள் பதிந்த முகம். தலை முழுவதும் நரைத்திருந்தது. நெற்றி, தோள், மார்பு என விபூதியை மூன்று விரல் அடையாளத்தில் தீட்டியிருந்தார். கோமதிக்குப் பூசாரியைப் பார்க்கப் பார்க்க தன்னாசியப்பரின் சாயல் போலவே தெரிந்தது. பயம் ஏற்பட்டது.

பூசாரி இன்னும் சாமியாடத் தொடங்கவில்லை. இவ்வளவு சனங்களில் பூசாரி தன்னைக் கூப்பிடுவாரா என கோமதிக்குச் சந்தேகம் எழுந்தது. பாப்பாத்தியக்காவைப் பார்த்தாள். பாப்பாத்தியக்கா கண் மூடி உட்கார்ந்திருந்தாள். அந்த நேரம் பூசாரி பித்தளைப் பூண்போட்ட பிரம்பைப் பிடித்து நின்றார். சட்டென பூசாரிக்கு விழிகள் கூர்மையாயின. விருத்தத்தின் இயல்பு திடீரென மாறியது. அருள் இறங்கியது.

4

பொழுது மேற்கே அடிசாய ஆரம்பித்தது. மீசையய்யன் சைக்கிளை விசையாக மிதித்தார். அம்மாபாளையம் வெயில் பாவிக் கிடந்தது. வீதியில் கொம்புச் சலங்கை ஒலிக்க ஒற்றை மாட்டு வண்டி நூல்கட்டுகள் ஏற்றிக்கொண்டு எதிரே வந்தது. சாக்கடையில் விழுந்த பெட்டை நாய் அடிவயிறு எங்கும் நீர் சொட்ட முன்னே

போனது. மீசையய்யன் மளிகைக்கடை முன்பு சைக்கிளை நிறுத்தி
இறங்கினார். தென்னங்கீற்றுப் பந்தலினடியில் கொஞ்சமாய் நிழல்
இருந்தது. மேற்கூரையெங்கும் அரசாணிக் கொடி ஏறி வாடிக்
கிடந்தது. மீசையய்யன் காடாப் பனியனை இழுத்து நெஞ்சுக்குள்
ஊதிக் கொண்டார். சிறிய சாளரத்தினுள்ளே மளிகைக்கடை பாதி
இருளில் தெரிந்தது. கடைப் பெண்மணி பாதி சாப்பாட்டில் எழுந்து
வந்திருந்தார். கல்மூக்குத்தி மின்னியது.

"மிக்ஸரும் வரிக்கிப் பொட்டலமும் குடும்மினி...."

பந்தக்காலில் அணில் இறங்கி கீரிச்சிட்டது. சாளரத்துக்கு வெளியே
முறப்பலகை வந்தது. மீசையய்யன் பொட்டலங்களை எடுத்துக்
கொண்டு கேட்டார்.

"எமுட்டம்மினி?"

"இருபத்துரெண்டுங்கய்யா?"

மீசையய்யன் முப்பது ரூபாயை முறப்பலகை மீது வைத்தார்.
உள்ளே இருந்து குரல் வந்தது.

"ரெண்டு ரூவா இருக்குதுங்களா...?"

"சிலுவானம் இல்லம்மினி... வேன்னா மீதிக்குப் பொடி மட்டை
குடுத்துரு..."

முறப்பலகை உள்ளே போயிற்று. திரும்பவும் நான்கு பொடி
மட்டைகளுடன் வெளியே நீட்டப்பட்டது. மீசையய்யன் எடுத்துக்
கொண்டார். அணில் இபோது கூரைமீதேறிக் கத்தியது. சைக்கிளை
உருட்டிக்கொண்டே நடந்தார். ஊரெங்கும் தறி நெய்யும் ஓசை
கேட்டது. தெற்கு வளவுக்குப் போனார். மணங்கிளுவை வேலியிட்ட
வீட்டின் முன் நின்றார். கிழக்கே சாய்ந்த நிழலில் சைக்கிளை
நிறுத்தினார். கட்டை அவிழ்த்து மூங்கில் தட்டியை திறந்து உள்ளே
போனார். பனையோலைக் கொட்டத்தில் வெள்ளாடுகள் அசை
வாங்கியபடி படுத்திருந்தன. முடக்கற்றான் கொடிகள் புழுக்கையோடு
மிதிபட்டுக் கிடந்தன. கருங்குட்டிகள் இரண்டு மீசையய்யன் அருகில்
வந்து திடீரென மிரண்டோடின.

வீடு பூட்டிக் கிடந்தது. கோமதி எங்கே போயிருப்பாள் என
யோசித்தார். பொடி மட்டையைப் பிரித்து இருவிரல் நுனியில்
நாம்பிப் பிடித்தார். மூக்கில் திணித்து உறிஞ்சினார். சுருசுருவென
ஏறியது. தும்மல் அடுக்கடுக்காக வந்தது. கொட்டத்தில் வெள்ளாடுகள்

38 | மீதமிருக்கும் வாழ்வு

மிரண்டு எழுந்தன. வீதிக்கு வந்து மூங்கில் தட்டியைச் சாத்தினார். கருங்குட்டிகள் கத்தின. மனங்கிளுவைக்குள் நாகணவாய்கள் முனகின.

பக்கத்து வீட்டில் யாருமே தட்டுப்படவில்லை. நடை திறந்தே கிடந்தது. தறிக்கூடத்தில் சப்தமில்லை. மீசையய்யன் வாசற்படியேறி உள்ளே பார்த்தார். பின்கட்டு வெயிலில் அந்த ஆள் கோவணம் மட்டுமே கட்டிk குளித்துக்கொண்டிருந்தார். அந்தப் பெண் முதுகு தேய்த்துவிட்டுக்கொண்டிருந்தாள். மீசையய்யனைக் கண்டதும் அந்தப் பெண் மட்டும் ஈரக்கையை முந்தானையில் துடைத்தபடி திண்ணைக்கு வந்தாள். வீசிய காற்றில் வாசல் சாணப்புழுதி சுழன்று போனது.

“எளமத்தியானமா கோமதி, பாப்பாத்தியக்காவோட போனத பாத்தனுங்கய்யா... தொறப்புக்குச்சிய கதவக்கம்ப மேலதா வெச்சிருப்பா... தெண்டவாணி சோத்துக்கு வருவான்ல...’’

மீசையய்யன் திரும்பி வீட்டுக்கு வந்தார். கதவு இலக்க எண் மங்கிப் போயிருந்தது. மேல் கதவுக் கம்பையில் விரலை விட்டு நிரண்டினார். சாவி தென்பட்டது. சரடு கோத்த ஒற்றைச்சாவி. துரு ஏறிய பூட்டில் உள்நுழைந்தார். கிரீச்சலுடன் கொக்கி கழன்றது. கதவைத் திறந்து உள்ளே போனார். ஆசாரத்தில் தறிக்கூடம் பகலிருட்டில் இருந்தது. கண் பழக சிறிது நேரம் பிடித்தது. நெசவு நெய்த துணி பூர்த்தியாகவில்லை. ‘துக்காடி’யாகக் கிடந்தது. மீசையய்யன் சிறிது நேரம் அங்கேயே நின்று தறியைப் பார்த்தார். பின் விட்டத்தில் தலை இடிக்காமல் இருக்க குனிந்து உள்ளே நடந்தார். உள்திண்ணையில் பாத்திரங்கள் கழுவி வைக்கப்பட்டிருந்தன. அடுப்பு தணல் அணைந்து சாம்பல் பூத்துக் கிடந்தது. வடச்சட்டியில் சிறிது ‘கூட்டாஞ்சோறு’ இருந்தது. விறகின் மீது படுத்துறங்கிய பூனை மெல்ல எழுந்து கத்திற்று. காலடியில் உராய்ந்து வெளியே போயிற்று. கருங்குட்டிகள் வாசலில் நின்று உள்ளே பார்த்தபடியிருந்தன.

மீசையய்யன் அரிசி மொடாவைப் பார்த்தார். கால்படி அரிசிகூட தேறாது. பருப்புச் சம்படங்கள் காலியாகவே கிடந்தன. பித்தளை அண்டா ஒடுங்கிப் போயிருந்தது. சர்க்கரை டப்பாவில் சுள்ளெறும்புகள் ஏறி ஊர்ந்தன. அழுக்குப் பேழையில் ஒரே ஒரு சேலை மட்டும் கிடந்தது. ஆசாரத்துக்கே வந்தார். முருகன் படம் போட்ட காலண்டர் தொங்கிற்று. மருமகனோடு கோமதி கல்யாணத்தின்போது எடுத்துக்கொண்ட கருப்பு வெள்ளை ஒளிப்படம் மாட்டப்பட்டிருந்தது. ஒளிப்படத்தில் மருமகன் கனமான மீசை வைத்து, பெரிய கிருதாவுடன், காதுகளை மூடிய ‘கிப்பி’ கிராப்புடன் சிரித்துக்கொண்டிருந்தான். கோமதிக்கு வெட்கம்

கலந்த புன்சிரிப்பு இழையோடியது. சென்னிமலை ஆறுமுக முதலியார் ஸ்டுடியோவில் எடுத்த ஒளிப்படம் இது. கோமதிக்குற பதினைந்து வயதில் நடந்த கல்யாணம். பார்க்க பார்க்க மீசையய்யனுக்குக் கண்களில் நீர் சுரந்தது!

5

தெண்டபாணி தூக்கம் கலைந்தவுடன் முதலில் துர்நாற்றத்தைத்தான் உணர்ந்தான். உடம்பெல்லாம் ஒரே வலியாக இருந்தது. முகமெங்கும் ஈக்கள் ஒட்டி ஊர்ந்தன. வாகனங்களின் இரைச்சல் கேட்டது. ஹாரன் ஒலித்துக்கொண்டே இருந்தது. கண்களைத் திறந்து பார்த்தான். கொமரப்பா பள்ளிக்கூட மதிற்சுவரில் 'கேடில் விழுச்செல்வம்' ஊதாவண்ண எழுத்து பாதி அழிந்து தெரிந்தது. தான் சாக்கடையோரம் விழுந்து கிடக்கிறோம் என்கிற பிரக்ஞை வந்தது. திடுக்கிட்டு அவசரமாக எழுந்து உட்கார்ந்தான். கட்சிக்கரை வேட்டி அவிழ்ந்து தொடை முடிகளில் சகதி ஒட்டியிருந்தது. சுற்றும் முற்றும் பார்த்தான். தார்ச்சாலையில் பெரும் முறைச்சலுடன் கடந்து சென்ற பேருந்தின் படிக்கட்டில் ஆட்கள் தொங்கிக்கொண்டு போனார்கள். இருச்சக்கர வாகனங்களில் செல்பவர்கள், நடந்து செல்பவர்கள் என எல்லாருமே தன்னையே பார்ப்பதுபோல இருந்தது. அடையாளம் தெரிந்தவர்கள் போலவும் இருந்தது. சட்டென்று எழுந்து நின்று வேட்டியைக் கட்டினான். உடம்பு மொத்தமும் புழுதி அப்பியிருந்தது. நெற்றி எரிந்தது. விரலால் தடவிப் பார்த்தான். புடைத்திருந்தது. கழுத்தில் நகக்கீறல் படிந்து ரத்தம் கன்றியிருந்தது. இடக்கையைத் தூக்கவே முடியவில்லை. மணிக்கட்டு வீங்கியிருந்தது. அடி பலமாகப் பட்டிருக்க வேண்டும். வேட்டியைத் தூக்கி முகத்தைத் துடைத்தான். பின் மடித்துக் கட்டினான். செருப்பைத் தேடினான். ஒரு செருப்பு கிடந்தது. இன்னொரு செருப்பு சாக்கடைக்குள் விழுந்திருந்தது. குனிந்து எடுத்துப் போட்டுக்கொண்டாள். விரல் நுனியில் பட்ட ஈரத்தை உதறிக்கொண்டான். தார்ச்சாலையில் கிழக்கு பார்த்து நடந்தான். வெயில் பொடனியில் பட்டுக் காந்தியது.

தெண்டபாணி கைலாதநாதர் கோவில் முக்கு வந்ததும் பெட்டிக் கடையில் சிகரெட் வாங்கிப் பற்ற வைத்தான். தேர் நிழலில் நின்று குடிக்க ஆரம்பித்தான். எங்கும் காற்றடங்கி புழுக்கமாக இருந்தது. ஊதும் புகை பரவி மெல்லக் கலைந்தது. தேர்ச்சக்கரத்தை ஒட்டி நாய் குறுகிப் படுத்து ஆழ்ந்த உறக்கத்தில் இருந்தது. சென்னியப்பனும்

அர்ஜுனசாமியும் தன்னைத் தாக்கியிருக்க முடியாது எனப்பட்டது. அவர்கள் தன் தாயைப் பற்றியெல்லாம் கூட கெட்ட வார்த்தையில் திட்டியது இப்போதும் திரும்ப திரும்ப காதில் ஒலித்தது. யோசிக்க யோசிக்க இயலாமையால் இனம் புரியாத வேதனை எழுந்தது. உடனே போய் அவர்களை வெட்டி எறிய வேண்டும் எனத் தீர்மானித்தான். கண்டம் துண்டமாக வெட்டிக் கூறு போட்டால்தான் தன் மொத்த ஆத்திரமும் தீரும் என்றும் தோன்றியது. வாயக்குள்ளேயே அவர்களைக் கெட்ட வார்த்தையில் திட்டினான். காறித் துப்பினான். கடைசி உறிஞ்சையும் முடித்து சிகரெட்டைத் தேர்ச் சிற்பத்தில் வைத்து அழுத்தினான். லிங்கத்துக்கு பால் சுரக்கும் பசுமடி இடுக்கில் சிகரெட் சிக்கிக்கொண்டது. அதே நிழலில் உட்கார்ந்து சிறுநீர் கழித்தான். நாய் அரைத் தூக்கத்துடன் கண்விழித்துப் பார்த்தது. எழுந்து நடந்தான்.

ஆகாயத்தில் வெண்முகில்கள் தேங்கி நகர்ந்தன. தெண்டபாணி அரச்சலூர் சாலையைக் கடந்ததும் குறுக்கு வழியாகப் புகுந்தான். சிமெண்ட் தளமிட்ட சந்தில் பின்மதியத்தின் நிழல் தேங்கியிருந்தது. வீடுகள் நெருக்கமாக இருந்தன. பாதிக்கு மேல் கை ஓடுகள் கவிழ்ந்த கூரை வீடுகள் ஒரே சாயலில் இருந்தன. தறிக்கூடங்களில் நெசவு நெய்தபடி ஆட்கள் இருந்தனர். சந்துகளைக் கடந்து கடந்து நடந்தான். திரும்பவும் அவர்கள் ஞாபகம் வந்தது. ஆத்திரம் அதிகமானது. இப்போதே சென்னியப்பன் குரல்வளையைப் பிடித்து நசுக்கிக் கொல்ல வேண்டும் எனத் தீர்மானித்தான். வெளிநடையோரம் பவளமல்லி மரம் கிளை படர்ந்த வீட்டின் முன்பு நின்றான். தரையுதிர்ந்த பூக்களை மிதித்து உள்ளே நுழைந்தான். அவிழ்ந்த வேட்டியை மடித்து இறுக்கிக் கட்டினான். கறுப்பு நாய் அங்குமிங்கும் ஓடிக் கடுமையாகக் குறைத்தது. தண்டபாணி தகாத வார்த்தை கூறி சப்தமிட்டான். கைக்குழந்தையுடன் திண்ணை வாசற்படி இறங்கிய பெண் தெண்டபாணியைக் கண்டதும் திடுக்கிட்டாள். ஒருகணம் உற்றுப் பார்த்தாள். தெண்டபாணி மேலும் சப்தமிட்டான்.

“எங்கடி உம்புருஷன்...?''

அந்த பெண்ப் பதிலேதும் பேசவில்லை. உள்ளே பார்த்துக் குரல் கொடுத்தாள்.

“மாமா...''

தறியில் நாடாக்கள் ஊடாடும் ஓசை சட்டென நின்றது. தறிக்கூடத்தினுள் இருந்து துண்டால் முகத்தைத் துடைத்தபடி

பெரியவர் ஒருவர் எழுந்து வந்தார். தெண்டபாணியை மேலும் கீழும் பார்த்தார். நிதானமாகக் கேட்டார்.

“என்னடா தெண்டபாணி இதெல்லாம்?''

தெண்டபாணி கீழே குனிந்து உடைந்த செங்கல்லை எடுத்தான். நாய் நகர்ந்து ஆடி மேலும் விசையாகக் குரைத்தது.

“உம் பய்யனக் கூப்புடு.''

“அவன் மந்திரியோட பழனி போயிருக்கான்னு ஒனக்குத் தெரியுமே... காலம்பொற வா... அவன் வந்திருவான்... எதாயிருந்தாலும் பேசிக்கலாம்... மொதல்ல கல்லக் கீழ போடு.''

தெண்டபாணி செங்கல்லைத் தறிக்கூடத்துக் கூரையைப் பார்த்து வீசினான். ஓடு உடைந்து நொறுங்கும் சப்தம் கேட்டது. கல் உருண்டோடி பின்கட்டில் போய் விழுந்தது. கைக்குழந்தை சிணுங்கி அழ ஆரம்பித்தது. பெரியவர் ஆத்திரத்தில் ஒருகணம் தடுமாறினார். பின் உரல் ஓரம் ஓடித் திண்ணையில் சாத்தியிருந்த உலக்கையைத் தூக்கினார். அந்தப் பெண் சப்தமாக யாரையோ கூப்பிட்டாள்.

தெண்டபாணி திரும்பி வீதியில் இறங்கி ஓடத் தொடங்கினான். நாய் குரைத்தபடி சிறிது தூரம் பின்னாலேயே ஓடி வந்தது. அண்ணமார் திரையரங்கம் வந்து திரும்பிப் பார்த்தான். எவரும் துரத்தி வரவில்லை. நிம்மதியானது. இருந்தபோதிலும் தார்ச்சாலையில் செல்ல அச்சம் ஏற்பட்டது. மர அறுவை மில்லை ஒட்டித் தார்ச்சாலையின் குறுக்கே கடந்தான். மயானப்பாதை வழியாக நடந்தான். இருபக்கமும் மலம் கழித்த பாதை. நாற்றம் குடலைப் புரட்டியது. ஓரிடத்தில் கோழியின் வெள்ளையிறகுகள் குமிகுமியாக கொட்டப்பட்டிருந்தன. அறுந்து தொங்கிய தந்திக் கம்பிகளில் ஐவிரல் கொடி சுற்றி பூத்தசைந்தன. சீமைக்கருவேலாந் தூர்கள் சடசடத்தன. சாக்கடை நீர் தேங்கிய குளத்திலிருந்து தனி நாரை விசுக்கெனப் பறந்தது. வெயில் தாழ்ந்திருந்தது.

தெண்டபாணி வீதியில் யாரிடமும் பேசாதபடி தலைகவிழ்ந்து நடந்தான். ஆனாலும் கோபம் தீரவேயில்லை. சென்னியப்பன் சிக்காமல் போனது பெரும் வருத்தத்தைத் தந்தது. மணங்கிளுவைக்குள்ளிருந்து நாகணவாய்கள் கூட்டமாக எழும்பிப் பறந்து சென்றன. மூங்கில் படலை திறக்கப் போனவன் அப்புச்சியின் சைக்கிளைக் கண்டான். எரிச்சல் அடைந்தான். உள்ளே எட்டிப் பார்த்தான். வீடு திறந்திருந்தது.

மீசையய்யன் வெள்ளாடுகளுக்குத் தழை ஒடித்துப் போட்டுக் கொண்டிருந்தார். தெண்டபாணி படலைத் திறந்துபோட்டுவிட்டுக்

42 | மீதமிருக்கும் வாழ்வு

கொட்டத்துக்கு எதிரே போய் நின்றான். செருமினான். மீசையய்யன் தெண்டபாணியைக் காணாதவர் போல கருங்குட்டிகளை நீவிக் கொடுத்துக்கொண்டிருந்தார். தெண்டபாணிக்குக் கோபம் ஏறியது. மூச்சு வாங்கியது. கத்தினான்.

“ஏன்டா கெழவா ஆரமூய்க்கறதுக்கடா இங்க வந்தே?''

மீசையய்யன் மௌனமாகவே இருந்தார்.

“லாரி வாங்கனுமுன்னு எத்தன தடவ வூட்ட எழுதிக் குடுக்கச் சொல்லிக் கெஞ்சினே... உம் புள்ளகோட சேந்துகிட்டு பெரிய புடுங்கியாட்ட முடியாதுனுட்டே... அப்பொறம் எந்த மூஞ்சிய வெச்சுக்கிட்டு இங்க வந்திருக்கே... மருவாதி கெடறதுக்குள்ள போயிரு... இல்லீனா நடக்கறதே வேற...''

மீசையய்யன் இதற்கும் மௌனமாகவே இருந்தார். பின் வீதியில் எங்கோ சேவல் கூவிற்று.

“ஏண்டா கெழவா நாஞ் சொல்லிட்டே இருக்கே. நீ எருமமேல மழ பெஞ்சமாதிரி நிக்கறே...?''

தெண்டபாணி திடீரெனக் குனிந்து செருப்பைக் கழற்றி வீசினான். தன் முகத்தை நோக்கி வந்த செருப்பைக் கண்டு மீசையய்யன் நகர்ந்தார். செருப்பு அவர் தோள்பட்டையில் பட்டுத் தெறித்தது. வெள்ளாடுகள் கலைந்தன. தெண்டபாணி தொடர்ந்து தகாத வார்த்தையில் திட்ட ஆரம்பித்தான். மீசையய்யன் கொட்டத்தை விட்டு வெளியே வந்தார். ஆயாசமாக இருந்தது. இத்தனை நாள் பிழைத்த பிழைப்பு பிரயோசனமில்லை எனப் பட்டது. தெண்டபாணியைக் கடைசியாக ஒருமுறை பார்த்தார். நடந்து வேலியோரம் போய் சைக்கிளை எடுத்துக்கொண்டு உருட்டினார். அவருக்கு இந்த வீட்டைத் திரும்பிப் பார்க்கத் தோன்றவேயில்லை. அவர் மறைந்ததும் தெண்டபாணி கொட்டத்து எறப்பிலிருந்து வெட்டருவாளை உருவினான். குளவிக்கல் வடும்போரம் குத்தவைத்து உட்கார்ந்து தீட்டத் தொடங்கினான். அவன் கண்களில் இன்னும் தணியாத சினம் இருந்தது!

6

கோமதியும் பாப்பாத்தியக்காவும் வெயில் தாழ அடிவாரம் வந்து சேர்ந்தார்கள். பாப்பாத்தியக்கா கோமதியை அழைத்துக்கொண்டு குளக்கரையின் மேற்குப்புறப் படிக்கட்டுகளில் இறங்கினாள். நீர் அடி

ஆழத்தில் கிடந்தது. நிழல் பாதிக் குளத்தைத் தாண்டி நீண்டிருந்தது. நாகவிநாயகர்கோவிலின் வேம்போடு சேர்ந்த அரசமரத்தின் பிரதிபிம்பம் தண்ணீரில் மிதந்தது. வெயில் இறங்கிய எதிர்ப்பரப்பு நீரில் சிற்றலைகள் மடிந்து மடிந்து நகர்ந்தன. நீரை ஒட்டிய படிக்கட்டில் நீலச்சிறகு மீன்கொத்தி நிச்சலனமாக உட்கார்ந்திருந்தது. எங்கும் அமைதி இருந்தது.

இருவரும் படிக்கட்டில் அமர்ந்தனர். பாசி படிந்த நீர்ப்பரப்பினுள் குறத்திமீன்கள் சிறுசிறு வட்டமாக அலைந்தன. பாப்பாத்தியக்கா பொரிகடலைப் பொட்டலத்தைப் பிரித்து வைத்தாள். அரைமூடித் தேங்காயை உடைத்துச் சில்லாக்கினாள். ஒரு துண்டை எடுத்து கோமதியிடம் கொடுத்தாள். பாப்பாத்தியக்காவின் பார்வை கோமதியைப் பார்த்தபடியே இருந்தது. சற்றுநேர நிசப்தத்துக்குப் பின் பேசினாள்.

"பூசாரி கணக்கு சொல்லிலியேன்னு நீயொன்னும் வருத்தப்படாதே புள்ள... அடுத்த வாரம கண்டிப்பா கூப்பிடுவாரு... இதுவும் ஒரு நல்லதுக்குன்னு நெனைச்சுக்கவே...''

"நம்ம நெழலு நம்மகோடத்தானே வரும். ஆனாலும் அந்த ஆண்டவன் ஒரு நல்லது செய்யமாட்டாரான்னு நப்பாசைதான். விடுக்கா... இப்ப நான் அதைப் பத்தியெல்லாம் வருத்தப்படலை... ரவைக்கு அடுப்பு மூட்ட ஆழாக்கு அரசியில்ல... ஆருகிட்ட கடங்கேக்கறதுன்னுதான் ரோசனை பண்ணுறேன்... சட்டில சோறு இல்லீனா... ஆளான தண்டுவன் குடிச்சுட்டு வந்து அடிப்பான்...''

கோமதிக்குக் கண்களில் நீர் கோத்தது. பாப்பாத்தியக்கா யோசித்தபடி பொரிகடலை ஒரு குத்தை அள்ளி கோமதியிடம் கொடுத்தாள். இன்னொரு குத்தை அள்ளி குளத்து நீரில் தூவினாள். குறத்திகள் மேற்பரப்புக்கு வந்து பொரிகளை இழுத்தன. எங்கிருந்தோ கறுநிறத்தில் தடித்த கெண்டை ஒன்று மேலே வந்து அசைந்து அசைந்து குறத்திகளை விரட்டியபடி பொரியைக் கவ்வியது.

இருவரும் மேற்கொண்டு எதுவும் பேசிக் கொள்ளவில்லை. தேங்காய்ச் சில்லுகள் தீரும்வரை பொரிகடலையைத் தின்றனர். தாகம் பெருகியது. குனிந்து உள்ளங்கையில் தண்ணீரை அள்ளி அருந்தினர். குரங்குக் கூட்டம் எதிர்ப்பரப்புப் படிக்கட்டில் இறங்கியது. நீலஇறகு மீன்கொத்தி பிசிறுடன் கத்தியபடி மேலெழும்பியது. இருவரும் எழுந்து படியேறினர். தேவஸ்தானக் கடைகளைக் கடந்து நடந்தனர். சந்தைப் பேட்டை வெறிச்சோடிக் கிடந்தது. பன்றிகள் திரிந்தன.

44 | மீதமிருக்கும் வாழ்வு

புளியமர நிழலில் மூன்று சிறுவர்கள் கோலிக்குண்டு விளையாண்டு கொண்டிருந்தனர். இந்திரவிநாயகர்கோவில் முன்பு வந்தவுடன் பாப்பாத்தியக்கா நின்றாள். ரவிக்கைக்குள் கைவிட்டு மணிபர்ஸை எடுத்துத் திறந்தாள். நூறு ரூபாய் நோட்டை உருவி கோமதியிடம் கொடுத்தாள்.

"இந்தா கோமதி... நா இங்கேயே நிக்கறே... எதுத்தாப்புல கீரனூர் செட்டியார் கடையில அரசியும் மேசாமானும் வாங்கிட்டு வா... பட்டறையில் கோடி போட்டதும் கொடுத்தீனா போதும்...''

கோமதி மறுப்பேதும் சொல்லவில்லை. நோட்டை வாங்கிக் கொண்டு நகர்ந்து போனாள். மழைக்காகிதப் பையில் இரண்டு கிலோ அரசியும் மீதிக்கு மளிகைச் சாமான்களும் வாங்கி வந்தாள். இருவரும் நடந்தனர். ஊர் சேர்ந்தபோது அந்திச்சூரியன் மலைக்குப் பின்னே விழுந்திருந்தது. வீதியில் பாப்பாத்தியக்கா பிரிந்து அவள் வீட்டை நோக்கி நடந்தாள். மூங்கில் படல் திறந்தே கிடந்தது. கொட்டத்தில் வெள்ளாடுகள் வயிறு நிரம்பிப் படுத்திருந்தன. பனை அவினியில் மணங்கிளுவைக் கொத்துகள் கட்டப்பட்டிருந்தன. குட்டிகள் கத்தியபடி ஓடி வந்தன. வீடு பூட்டப்படவில்லை. கதவு வெறுமனே சாத்தியிருந்தது. தள்ளித் திறந்து உள்ளே போனாள். இருளில் எங்கிருந்தோ பூனை கத்தியபடி வந்தது.

கோமதி நேராக அடுப்படிக்குப் போனாள். தெண்டபாணி கூட்டாஞ்சோற்றைத் தின்றுவிட்டு வட்டிலைக் கழுவாமலே எறிந்திருந்தான். சர்க்கரை டப்பாவிலிருந்து சுள்ளெறும்புகள் சாரையிட்டு விறகை நோக்கிப் போயின. கோமதி அரிசியைக் கொட்டுவதற்காக அரிசி மொடாவைத் திறந்தாள். மங்கிய இருளில் மொடாவின் அடியில் பணக்கட்டு ஒன்று இருந்தது. எடுத்து எண்ணிப் பார்த்தாள். இருபது நூறு ரூபாய்த் தாள்களுக்கு மேல் இருந்தன. திரும்பி ஆசாரத்துக்கு வந்தாள். விளக்கு மாடத்தில் பணத்தை வைத்தாள். கீழே இடத்தில் சுவரை ஒட்டி அமர்ந்தாள். இயலாமை அழுகையாய் வெளிப்பட்டது. விம்மி விம்மி அழுதாள்!

(உயிர் எழுத்து, ஜூன் 2013)

விசுவாசம்

திருப்பத்துக்கு முன் வேகத்தடையில் பேருந்து மெதுவாகச் சென்றது. இவன் அவசரமாக இருக்கையிலிருந்து எழுந்தான். உட்கார்ந்திருப்பவர்கள் தூங்கி விழித்துக் கொண்டிருந்தார்கள். பின் படிக்கட்டுக்குப் போனான். பேருந்து குலுங்கியது. குதித்து இறங்கிக் கொண்டான். திடீரெனப் பேருந்து திருப்பத்தில் மறைந்துவிட்டது. திருப்பம் தாண்டியதும் ஆலமரத்துடன் கூடிய பேருந்து நிறுத்தம் வரும். இவனுக்கு இன்னும் மங்கலாக ஞாபகத்தில் இருந்தது.

இவன் கடைவீதியை நோட்டமிட்டான். கடைகள் பெரும்பாலும் பூட்டியே கிடந்தன. மரப்பலகைகளுக்கு வெளியே சிலர் போர்வையால் மூடிப் படுத்திருந்தனர். எதிரில் ஒரே ஒரு கசாப்புக் கடை மட்டும் திறந்திருந்தது. தோலுரித்துத் தொங்கவிடப்பட்டிருந்த வெள்ளாட்டுக் கறியை ஈக்கள் மொய்த்துக்கொண்டிருந்தன. வாங்குவோர் யாருமில்லை. கசாப்புக் கடைக்காரர் இவனையே பார்த்தார். கசாப்புக் கடைக்காரரின் பழுப்புநிற முண்டாசு பனியனெங்கும் ரத்தக்கறை படிந்து கிடந்தது. எங்கோ சேவல் கூவிற்று.

இவன் வந்த வழியே திரும்பி சாலையோரமாக நடக்கத் தொடங்கினான். விடிந்து சற்று நேரம்தான் ஆகியிருந்தது. பொழுதுகூட இன்னும் கிளம்பவில்லை. இவன் வந்த பேருந்து இப்போதுதான் நிறுத்தத்தில் நின்று கிளம்பும் முறைச்சல் கேட்டது. நேற்றிரவு பெய்த மழைகூட இந்த ஊருக்கு இறங்கவில்லை. கார்மழையற்ற வறட்சி ஊரெங்கும் தொற்றியிருந்தது. காற்றில்கூட மெல்லிசாய்ப் புழுதி பறந்தது. இந்த ஊருக்கு இவன் ஏற்கெனவே ஒருமுறை வந்திருந்தான். அப்பாதான் கூட்டி வந்தார். அப்போது இவனுக்கு அரும்பு மீசைப் பிராயம். இந்தப் பத்து வருடத்தில் கடைவீதி பெரிதாக மாறவேயில்லை. அன்று கண்டதுபோலவே இருந்தது.

இவன் தெற்காகப் பிரிந்த குறுகிய தார்ச்சாலையில் இறங்கி நடந்தான். தார்ச்சாலையையே வாசலாகப் பாவித்து சில பெண்கள் நீர் தெளித்துக் கோலமிட்டிருந்தனர். ஆட்கள் தென்படுவதே அரிதாக இருந்தது. சீமையோட்டு வீடுகளில் பெரும்நிசப்தம் கவிந்து கிடந்தது. அடுப்புப் புகை கசியும் ஒரு கூரையின் மேலாகத் தெரிந்த பப்பாளி மரத்தில் மரங்கொத்தி அமர்ந்து பிசிறுடன் குரலெழும்பியது. இவன் நடையில் வேகம் கூட்டினான்.

ஊர் முடிந்ததும் இடப்புறம் அமராவதி ஆறு தெரிந்தது. முழங்கால் அளவுக்கு மேல் நீர் ஓடிக் கொண்டிருந்தது. வெறுமேலோடு நின்று ஒருவர் வேட்டியைப் பாறையில் தப்பும் ஓசை எதிர்க்கரையில் எதிரொலித்துக் கேட்டது. கண்ணுக்கெட்டும் தூரம் வரை சாலை வெறிச் சோடியிருந்தது. இருபுறமும் குடைச்சீத்தை மரங்கள் கவிந்து கிடந்தன. வாதுக்களுக்குள் தவிட்டுப்புறாக்கள் விட்டுவிட்டு அணத்தின.

இவன் அப்பாவை நினைத்துக்கொண்டு நடந்தான். இத்தனை வருஷத்துக்குப் பின் அப்பா குடும்பத்தோடு வந்து சேரணும் என நினைத்தது. புதிராகவே இருந்தது. நேற்று அரண்மனை வீட்டிலிருந்து ஆள் வந்து சொன்னதும் தாழ்வாரத்தில் அமர்ந்து பூக்கட்டிக்கொண்டிருந்த அம்மா கண்கலங்கிப் போனாள். வந்த ஆள் திண்ணையில் அமர்ந்து சாவகாசமாகப் பேசினார். வந்த ஆள் புறப்பட எழுந்தபோது திடீரென மழை இறங்கிவிட்டது. மேமாசிக் கருக்கல். பெரிய பெரிய துளிகளாய் விழத் தொடங்கின. இவன் குடை எடுத்துக்கொண்டு வந்தான். வந்த ஆள் இவனோடு குடைக்குள் வந்து ஒடுங்கினார். மின்னலின் பிரதிபலிப்புகள் பெருகி ஓடும் மழைநீரில் நெளிந்தன. இடியோசை கேட்டு நிலம் நடுங்கியது. சட்டென மழை மேலும் அடர்ந்தது. இருளும் விடிந்துவிட்டது. வீதி முனைவரை கூட்டிப்போனான். பேருந்து வந்ததும் வந்த ஆள் ஓடிப்போய் ஏறிக்கொண்டார். இவன் திரும்பி வீட்டுக்கு வந்தபோது தாழ்வாரத்தில் ஒரே சப்தமாக இருந்தது. குடையை மடக்கி எறப்பில் தொங்க விட்டுவிட்டு உள்ளே போனான். கடைக்கு ஆரம் எடுத்துப் போக வந்த அண்ணன் அம்மாவிடம் கத்திக்கொண்டிருந்தான்.

“நாலு கொழந்தையோட உன்ன நிக்கதியா ஒட்டுட்டு ஓடினவன்தானே அந்த ஆளு... பதிமூணு வயசுல வேலைக்குப் போயி குடும்பத்த காப்பாத்தினவ நானு. இந்த நாஞ்சம் பாதிச்சு வாங்கின வூடு... அந்த ஆள ஆராச்சும் இங்க கூட்டிட்டு வந்தீங்கன்னா காலத் தறிச்சுப் போடுவேன். அந்த ஆளு எந்த மொகரக்கட்டைய வெச்சுக்கிட்டு இங்க வர்றேனு சொல்லுறான்...’’

இவன் எதுவும் பேசாமல் நின்றுகொண்டான். அண்ணன் ஆரத்தை கையில் கோத்து எடுத்துக்கொண்டான். வாசற்படி இறங்கிப் போனான். திரும்பிப் பார்த்து மறுபடியும் கத்தினான்.

“அந்த ஆளு வீதியில் கெடந்து புளுத்து சாவட்டும்... அப்பவாவது தெரீட்டு பொண்டாட்டி புள்ளையோட அருமை...''

அண்ணன் விரைசலாகப் போய்விட்டான். மழை ஓய்ந்தது. தாழ்வாரத்துக் கூரை நீர் சொட்டிட்டது. அம்மா அழுகையை அடக்க முடியாதவளாய் உள்ளே எழுந்து போய் விசும்பினாள். தரையில் கொட்டிய செவ்வரளியும் வாழை நாறும் அப்படியே கிடந்தன. இரவு சாப்பாட்டின்போது அம்மா இவனிடம் பேசினாள்.

“அந்த மனுஷனுக்கு ஒடம்புகீது செரியில்லையோ என்னமோப்பா... வெடிஞ்சதியும் போயீ ஒரு எட்டு பாத்துட்டு... கூட்டிட்டு வந்துரு...''

இவன் பதில் பேசவில்லை... தாழ்வாரத்து வெறும் தரையிலேயே படுத்தான். குளிர்ந்திருந்தது. செவ்வரளி வாசனை வீசிற்று. உறக்கமே வரவில்லை. கண்களை மூடிக்கொண்டான். அம்மாவின் அழகு முகம் திரும்ப திரும்ப நினைவுக்குள்ளேயே வந்தது. காற்று பலமாக அடித்தது. மழை சடசடத்து இறங்கும் ஓசை. விழித்துக் கொண்டு யோசித்தான். மேலும் நேரம் கடக்க மறுத்தது. மூன்றாம் சாமத்திலேயே எழுந்தான். கூடத்தில் படுத்திருக்கும் அண்ணனுக்குத் தெரியாமல் கிளம்பினான். வானம் வெளிவாங்கியிருந்தது. வீதியில் மழைநீர் வடிந்திருந்தது. ஈரக்காற்றில் உடம்பு சில்லிட்டது. கறம்பை எலிகள் குறுக்காக ஓடின. ஊர் ஆழ் உறக்கத்தில் கிடந்தது. தாராபுரம் வந்து சேர்ந்தபோது, நாலேகாலுக்கு முதல் பேருந்து என்றார்கள். காத்திருந்து ஏறிக்கொண்டான். அதன்பின் மழை இறங்கவேயில்லை. கருத்த மேகங்கள் மேற்காக நகர்ந்தன. கிழக்கு வெளுத்து இருள் கலைந்தது.

இவன் காலடியில் நத்தை வெள்ளைக் கோடிட்டபடி தார்ச்சாலையைக் கடந்து கொண்டிருந்தது. சைக்கிள் கேரியர் மரப்பெட்டியில் வெள்ளாட்டை வைத்துக் கட்டிக்கொண்டு ஒருவன் எதிரில் வந்தான். கருத்த தலையை மட்டும் வெளியே நீட்டியிருந்த வெள்ளாடு கத்தியபடி போனது. பொழுது கிளம்பிவிட்டது. புதுப்பாளையம் தலைவாசல் எங்கும் புளியமரங்கள் தெரிந்தன. மதில் கதவு திறந்தே கிடந்தது. தென்னங்கீற்றுப் பந்தல் பாதி வாசல்வரை போடப்பட்டிருந்தது.

உதைகாலில் முல்லைக்கொடி ஏறியிருந்தது. திண்ணையோரம் வரிசையிட்டிருந்த செம்பருத்திகளில் மொட்டுகள் விரியத்

தொடங்கியிருந்தன. இவன் தயங்கியபடி உள்ளே நுழைந்தான். நாய் எதையும் காணவில்லை. முன் ஆசாரத்தில்கூட ஆட்கள் எவரும் தட்டுப்படவில்லை. ஆட்கள் உள்ளேயும் நடமாடும் ஒலியே இல்லை. சுவரோரம் இரண்டு மரக்கட்டில்கள் கிடந்தன. காரைத்தளத்தில் தூண்களின் நிழல் படிந்திருந்தது. வீடெங்கும் சலனமற்ற நிசப்தம் நிலவியது.

இவன் யோசித்தபடியே நின்றான். வாசற்படியில் செருப்புகள் கூட கழற்றப்படவில்லை. மதில் மீது நின்றிருந்த சேவல் றெக்கையடித்துக் கூவிக்கொண்டே இருந்தது. இவனுக்குச் சலிப்பேற்பட்டது. வெகுநேரத்துக்குப் பின் ஒரு முதிய பெண்மணி உள்வாசலில் வந்து நின்று இவனைப் பார்த்தாள். அமைதியாகவே பார்த்துக்கொண்டு நின்றாள்.

“ஆருப்பா நீ?''

அதிகாரத் தோரணையான ஒரு குரல்.

“பண்டாரத்து பய்யனுங்க...கூட்டுட்டு போக வந்திருக்கனுங்க..?''

அந்தக் கூரிய முதிய பெண்மணி நிதானமாக வாசற்படி ஏறி ஆசாரத்துக்கு வந்து நின்றார். தூணைப் பிடித்து நின்றபடி பேசினார்.

“உங்கப்பனுக்கு இந்த ஆறு மாசமாகவே ஊட்டு ஞாபகம் தான்... கடேசி காலத்துல எப்படியாவது பொண்டாட்டி புள்ளையோட போய் ஒன்னு சேர்ந்துக்கனும்னு ஒரே ஆசை... அப்புறந்தான் நான் ஆள் அனுப்பினேன்...''

இவன் மௌனமாகவே நின்றிருந்தான். கொஞ்சநேரம் எந்த பேச்சுமற்றுப் போனது.

“சரி சித்த நேர வாசற்படியில உக்காந்திரு... நாம் போயி உங்கப்பன வரச்சொல்லறே...?''

அந்த முதிய பெண்மணி திரும்பி உள்ளே நடந்தார். இவனை மறுபடியும் ஆசாரத்தைப் பார்த்தான். சுவரில் கருப்பு வெள்ளை ஒளிப்படங்கள் வரிசையாக மாட்டியிருந்தன. சற்றுப் பெரிதான ஒரு ஒளிப்படத்தில் முன் தலை சிரைத்த, குடுமி முடிந்த மூன்று இளைஞர்கள் ஒட்டி நின்று சிரித்துக்கொண்டிருந்தார்கள். உள்ளேயிருந்து அப்பா வரவில்லை. இவன் பார்வையை வெளிப்பக்கம் திருப்பினான். ஏறுவெயிலுக்கு மதிலின் நிழல் பாதி வாசல்வரை விழுந்து படர்ந் திருந்தது. மதிலோர வேலாம் மர வாதுகளிலிருந்து காகங்கள் கரைந்த

படி எழும்பிப் பறந்தன. உள்வாசலில் பேச்சரவம் கேட்டது. இவன் மறுபடியும் உள்வாசலைப் பார்த்தான். அப்பா அந்த முதிய பெண் மணியின் காலில் விழுந்து எழுந்துகொண்டிருந்தார். பின் ஆசாரத்துக்கு வந்தார். மஞ்சள் பையைக் கக்கத்தில் வைத்துக்கொண்டு சுவரில் மாட்டப்பட்டிருந்த ஒளிப்படங்களையும் பார்த்து வணங்கினார். முன் தலை சிரைத்த, குடுமி வைத்திருந்த மூன்று இளைஞர்கள் ஒளிப்படத்தை நெருங்கினார். அதன் பாதங்களில் கைகளை வைத்து, எடுத்துக் கண்களில் ஒற்றிக் கொண்டார்.

அந்த முதிய பெண்மணி உள்வாசலில் நின்று பார்த்தபடி இருந்தார். இவ்வளவு பெரிய வீட்டில் ஆள் புழக்கமே இல்லாதது இவனுக்கு வியப்பாக இருந்தது. அப்பா கிட்டத்தில் வந்தார். வயது ஒடுக்கியிருந்தது. தளர்ந்து போயிருந்தார். ஏனோ சவரம் செய்யாத முகத்தில் துயரம் கடைவாயின் இருபக்கமும் சிவந்த புண் இருந்தது. அப்பா வாசற்படி இறங்கினார். இவனும் கூடசேர்ந்து நடந்தான். சாலைக்கு வந்ததும் அப்பா நின்றார். திரும்பி அரண்மனை வீட்டைப் பார்த்து ஒருமுறை கையெடுத்துக் கும்பிட்டார். பின் இவனைப் பார்த்தார். ஆதங்கமாகப் பேசினார்.

“பெரிய எசமாங்களுக்கு நான் சமைக்கலையின்னா சோறே எறங்காது. மூணு வேளையும் மொளகு ரசம் சுடச்சுட வெக்கணும்... இங்க இருக்கற ஒரு ஆளுக்கும் ஒழுங்கா மொளகு ரசம் வெக்கத் தெரியாது. இனி அந்த ராஜாங்கம் என்ன சிரமப்படப் போகுதோ...''

அப்பா பேசப்பேச வெற்றிலை எச்சில் தறித்தது. அப்போது ஊருக்குள்ளிலிருந்து நான்கைந்து மாடுகள் சாலைக்கு ஓடிவந்தன. மாடுகளின் பின்னால் சைக்கிளில் ஒருவன் சாட்டையுடன் மாடுகளை விரட்டிக்கொண்டு வந்தான். புழுதிப் படலம் எழும்பியது. ஊர் மறைந்ததும் சாலை அனாதரவானது. அப்பா மறுபடியும் ஆதங்கமாகப் பேசினார். எச்சில் தறித்தது.

“பெரிய எசமாங்க... வெள்ளக்கோவில் வெரைக்கும் ஒரு சோலியா போயிருக்காங்க... இருந்து சொல்லிட்டு வந்திருந்தா நல்லா இருந்திருக்கும். இருபது வருஷமா அவுங்க உப்பத்தின்ன விசுவாசம்... இனி அந்த மகராசன் மொகத்துல முழிக்கற பாக்கியம் கெடைக்குதோ... இல்லியோ...?''

அப்பா ஈரமான கண்களைத் துடைத்துக் கொண்டார். சாலை அந்த இடத்தில் தென்வடலாகப் போயிற்று. இருபக்கமும் குடைசீத்தை

50 | மீதமிருக்கும் வாழ்வு

மரங்கள் ராட்டினம்போலக் கவிந்து கிடந்தன. பொழுது பனை உயரத்துக்கு மேலாக ஏறிவிட்டது. தார்ச்சாலையில் ஓணான் ஒன்று நசுங்கிக் கிடந்தது. இவனுக்கு முன்னால் நடந்துகொண்டிருந்த அப்பா திடீரென நின்றார்.

“சங்கரு... பக்கத்துலதான் ஆத்தோரமா ரெட்டினமூர்த்தி கோயிலு.... எசமாங்களோட கொலதெய்வம்... நாம போயி பெரியெசமாங்க பேர்லயும் பெரியாத்தா பேர்லயும் ஒரு அர்ச்சனை செஞ்சுட்டு வந்திருவோம்... அந்தப் புண்ணியவானும் புண்ணியவதியும் எப்பவும் நல்லா இருக்கணும்..''

“இல்லப்பா நீங்க போயிட்டு வாங்க... நா இங்கேயே நிக்கறேன்...''

அப்பா தன் உள் ஒடுங்கிய கண்களால் ஒருமுறை இவனை நேராகப் பார்த்தார். பின்பு மஞ்சள் பையை இவனிடம் கொடுத்தார். அவசரமாகச் சரிவில் இறங்கி நடந்தார். குடைசீத்தை மரங்களினூடே சற்றுத் தொலைவில் ஒரு மண்பாதை தெரிந்தது. மழை பெய்து மண்ணரித்த பள்ளம்தான் நடைத் தடமாக மாறியிருந்தது. வெயில் சுள்ளென்று எரித்தது.

இவன் வெறுப்புடன் குடைசீத்தை மரநிழலுக்குச் சென்று நின்றான். தவிட்டுப் புறாக்களின் உதிர்ந்த சிறகுகள் ஒன்றிரண்டு நிலத்தில் விழுந்து கிடந்தன. இவன் மேலே அண்ணாந்தான். முட்சிமிர்களுக்கிடையே கலைந்த கூடு இருந்தது. கட்டெறும்புகள் ஏறுவதும் இறங்குவதுமாக இருந்தன. ஆங்காங்கே அடி மரங்களை ஒட்டி புற்றுகள் எழும்பி இருந்தன. அப்பா இறக்கத்தில் மறைந்து போனார். இவன் மஞ்சள் பையை விரித்துப் பார்த்தான். இரண்டு காவி வேட்டி, ஒரு கைப்பனியன், ஒரு சுருக்குப் பை மட்டுமே இருந்தன. சுருக்குப் பையில் சில்லரைக் காசுகள் சில கிடந்தன. தூரத்தில் ஒற்றைச் செம்பூத்தின் தனிக்குரல் கேட்டது.

இவனுக்கு வயிறும் பசித்தது. சோர்வும் மண்டியது. தூக்கம் கெட்டதன் கனவும் இருந்தது. அந்த நேரம் பாடல் ஒலித்தது.

“விதிமதி மூல விவேகமிலார்க்கே...

விதிமதி வெல்லும் விவாதம் விதிமதிகட்கோர்...''

இவன் குரல் வந்த திக்கில் திரும்பினான். ஆற்றுத் தடத்தில் நேற்று வந்த ஆள் வெறுமேலோடு மேலேறி வந்துகொண்டிருந்தார். துவைத்த வேட்டியை வெயிலுக்குத் தூக்கிப் பிடித்திருந்தார். வந்த ஆள் அருகில் வரும்வரை இவன் அவரையே பார்த்துக்கொண்டு நின்றான்.

“என்ன தம்பீ... அதுக்குள்ள வந்து அப்பாவக் கூட்டிட்டுப் போறே...?’’

இவன் சிரித்தான். வந்த ஆள் சுற்றும் முற்றும் பார்த்தார். பின் தணிந்த குரலில் பேசினார்.

“இங்க எல்லாம் ஈவு இரக்கமே கெடையாது. கடேசி சொட்டு ரத்தம் இருக்கறவரைக்கும் ஒழைப்ப உறிஞ்சிட்டுத்தான் சக்கையத் தூக்கி எறியராப்புல தூக்கி எறிவாங்க. இப்போ உங்க அப்பாவ அப்படித்தான் தூக்கி எறிஞ்சிருக்காங்க... ஆனா அவருக்கு அது புரியாது.. கேட்டா விசுவாசம்பாரு... வயசாயிடுச்சு... சதாகாலமும் இருமறாரு... ரெண்டு நாளைக்கு முன்னால மொளகு ரசத்துல எச்சில் தறிச்சிருச்சு... ரசத்தையே ஜலதாரையில ஊத்திட்டாங்க... அப்புறந்தான் உங்கப்பாவ கோளாறா வெளியேத்தறாங்க... நாளைக்குக் காங்கேயத்துல இருந்து யாரோ புது சமயக்காரன் வர்றதா பேசிக்கறாங்க...’’

வந்த ஆள் உள்ளங்கையில் நாம்பியிருந்த மூக்குப்பொடி மட்டையை விரித்தார். விரல் நுனியில் ஒரு சிமிட்டளவு எடுத்து மூக்கில் திணித்தார். உறிஞ்சினார். செறுமிக் கொண்டார்.

“என்னமோப்பா... அந்த ரமணபகவான் உங்கப்பாவுக்கு எப்படியோ வழிவுட்டுட்டாரு.. என் நெலமதான் ரொம்பக் கஷ்டம். உங்கப்பாவுக்கு புள்ள குட்டியிருந்ததால இப்ப நீங்க வந்து அழைச்சிட்டுப் போறீங்க... எனக்கு ஆரு இருக்கா... கடேசி காலத்துல இந்த ஆறுதான் கதி... எட்டு வயசுல அரண்மனை வேலைக்கு வந்தேன்... இன்னிக்கு அம்பத்துநாலு வயசாகிப் போச்சு... ஒரு கல்யாணமில்ல... காட்சியில்ல... காலம் போயிருச்சு. சாகறதுக்குள் ஒரே ஒரு முறை திருவண்ணாமலை போகனுமுன்னு ஆசை... அதுவே முடியாது போலிருக்கு... ம்ம்ம்... நாங் கௌம்பறேன். பண்டாரம் நல்ல மனுஷன்... வயசான காலத்துல அவரு மனசு நோகாம பாத்துக்கங்க...’’

வந்த ஆள் தார்ச்சாலையில் ஏறி தெற்கே ஊரைப் பார்த்து நடந்தார். “விதி மதி மூல...’’ திரும்பவும் பாடல் தொடங்கியது. பின் பாடல் மெல்ல ஓய்ந்தது. முகில் கூட்டம் கிழக்கிலிருந்து மேலேறிக் கொண்டிருந்தது. புற்றை நோக்கி வந்த கீரிப்புள்ளைகள் ஆளைக் கண்டதும், வெருண்டோடின. அப்பா நெற்றி நிறைய திருநீறு துலங்க வந்து சேர்ந்தார். இருவரும் தார்ச்சாலையில் ஏறி வடக்கு முகமாகத் திரும்பினார்கள். அப்படி நடந்தபடியே கேட்டார்.

“ஏம்ப்பா... இத்தன வருஷத்துக்கு பொறகு நீயும் அண்ணனும் என்ன ஊட்டோட வந்து இருக்கனுமுன்னு கட்டாயப் படுத்தறீங்க...

52 | மீதமிருக்கும் வாழ்வு

இன்னும் கொஞ்சகாலம் இங்கேயே இருந்து இப்படியே போய் சேர்ந்தரமாட்டானா?''

இவன் துணுக்குற்றான். அப்பாவை உற்றுப் பார்த்தான்.

"அப்ப நீங்க எங்களுக்கு ஆளனுப்பலையா?''

"நா எப்ப ஆளனுப்பினே... எனக்கு வயசாயிடுச்சு... ஊட்டோட கூட்டிப்போயி வெச்சுக்கறேன்னு சொல்லி நீயும் அண்ணனும் வர்றதாத்தானே பெரியதாத்தா சொன்னாங்க...''

இவனுக்கு எல்லாம் புரிந்தது. மேற்கொண்டு எதுவும் பேசாமல் நடந்தான். வெயில் கூடிக்கொண்டு வந்தது. கொக்குகள் கிழக்கை இலக்காக்கிக்கொண்டு குவியல் குவியலாகப் பறந்து போய்க்கொண்டே இருந்தன. இவனுக்கு அந்த நேரத்தில் ஏனோ அண்ணன் ஞாபகம் வந்தது. சட்டெனப் பெரும் பயம் சூழ்ந்தது.

(தூறல், ஜூலை 2013)

எ‌ன். ஸ்ரீராம் | 53

பிரதிபலன்

வைகறையில் இருள் வெளுத்துக்கொண்டிருந்தது. ஊதியூர் கடந்து மினிபஸ் தார்ச்சாலையிலிருந்து பிரிந்து கிழக்கே திரும்பியது. இருபுறமும் துத்திச்செடிகள் அடர்ந்த மண்பாதையில் செல்லத் துவங்கியது. எல்லாத் துத்திச்செடிகளிலும் மஞ்சள் கலந்த சந்தனநிறப் பூக்கள் காற்றாடிக் கொண்டிருந்தன. வேடிக்கை பார்த்துக்கொண்டு வந்த இவனுக்கு சன்னல் வழியே பனிக்குளிர் நுழைந்து உடம்பைச் சிட்டெடுக்க வைத்தது. ஈரநிலத்தின் மணம் கிளர்ந்து பரவியது. இவனுக்கு மினிபஸில் வந்த மொத்தப்பேருமே கல்யாணத்துக்கு வந்தவர்களாகவே இருக்க வேண்டும் எனத் தோன்றியது. யாரையும் அடையாளம் தெரியவில்லை. அவர்களில் எவரும் இவனையும் விசாரிக்கவில்லை. இந்நேரம் அம்மா கூட வந்திருந்தால் அவ்வளவுதான். எல்லோரிடமும் பேசிபேசி சொந்தத்தைப் புதுப்பித்திருப்பாள் என்று நினைத்துக்கொண்டான். மண்பாதையை ஒட்டி பனைமரங்கள் நிறைய இருந்தன. சூர்யகாந்தி பூப்பூத்த தோட்டங்கள் வந்தன.

இவனுக்குப் பக்கத்து இருக்கையில் பட்டுச்சேலை கட்டியிருந்த பெண்ணொருத்தி மழைக்காகிதத்தில் சுற்றிய பெரிய எவர்சில்வர் குடம் ஒன்றை மடியில் வைத்து அமர்ந்திருந்தாள். அவ்வப்போது அவள் தூங்கித்தூங்கி இவன் மேல் விழுந்தாள். இவனுக்கு இது பெரிய அவஸ்த்தையாக இருந்தது. எழுந்து வேறு இடம் மாறவும் இருக்கைகள் காலியாக இல்லை. திடீரென மினிபஸ் குலுங்கியபடி வேகம் குறைந்தது. வழி மேடும் பள்ளமுமாக இருந்தது. முன்கண்ணாடிக்கு வெளியே புழுதி பறந்தது. திடீரென மினிபஸ் நின்றது. நடத்துநர் சப்தமிட்டார்.

"கருக்கம்பாளையம் வந்தாச்சு....கல்யாண கோஷ்டிக எல்லாரும் கொண்டுவந்த சீர்செனத்தி சாமானத்த ஒழுங்கா எடுத்துக்கிட்டு எறங்குங்க...."

54 | மீதமிருக்கும் வாழ்வு

மினிபஸிலிருந்து எல்லோரோடும் சேர்ந்து இவனும் இறங்கினான். இவன் இந்த ஊருக்கு இதற்கு முன்பு வந்ததில்லை. நடத்துநரும் கூட இறங்கி விசில் ஊதினார். மினிபஸ் பின்னோக்கி நகர்ந்து திரும்பிற்று. ஊரின் மேலே ஆகாயம் கறுத்துக் கிடந்தது.

ஊர்த்தலைவாசல் முன்பு தடித்த விழுதுகள் நிலத்தில் வேரூன்றிய மூன்று ஆலமரங்கள் பிரமாண்டமாய் பிணைந்து கிடந்தன. ஆலவாதுகளில் அண்டங்காக்கைகளும் அழுகண்ணாங்குருவிகளும் சேர்ந்து கூட்டுக்கலவையாக ஓசையெழுப்பின. எல்லோரும் பஜனைமடத்தோடு கூடிய விநாயகன் கோவிலை ஒட்டிய குறுவீதி ஒன்றில் நுழைந்து நடந்தார்கள். இவனும் பின்தொடர்ந்தான். ஊருக்குள் எங்கும் விடியற்காலையின் வெறுமை கவிந்துக் கிடந்தது. ஊரில் கல்யாணம் நடப்பதற்கான எந்தச் சுவடும் இல்லாமல் குறுவீதியும் வெறிச்சோடிக் கிடந்தது. தட்டோடு வேய்ந்த வீடுகளில் ஆளரவமில்லை. கல்யாணவீடு கிழக்கு வளவில் இருந்தது. குறுவீதியை முற்றுகையிட்டுத் தென்னந்தடுக்குப் பந்தல் போடப்பட்டிருந்தது. இப்போதுதான் வாழைமரம் கட்டியிருந்த முன்பகுதியில் இரண்டுபேர் பந்தல் மேலேறி மைக்செட்டின் ஒலிப்பெருக்கியைக் கட்டிக் கொண்டிருந்தனர்.

இவன் கல்யாண வீட்டுக்குள் நுழையும்போதே நன்றாக விடிந்து விட்டது. சன்னல்களுக்கு வெளியே நல்ல வெளிச்சம் தெரிந்தது. மணமேடையில் முகூர்த்தத்திற்கான சீர்வரிசைகள் தொடங்கியிருந்தன. நாயனக்காரர்களும் தவில்காரர்களும் வாசிக்கத் தயாராகிக்கொண்டிருந்தனர். அருமைக்காரரின் குரல் ஓங்கிக் கேட்டபடியிருந்தது. மணமக்கள் இன்னும் மணமேடைக்கு வரவில்லை. கல்யாணவீட்டுக்குள் கூட்டமும் அதிகமில்லை. மிஞ்சிப்போனால் ஐம்பது பேருக்குள்தான் இருந்தனர். சிக்கனமாக இருபது இரும்புச்சேர்கள் மணமேடைக்கு முன் போடப்பட்டிருந்தன. இரும்புச்சேர்களில் அதிகமாக ஆண்களே அமர்ந்து நசநசவென்று பேசிக்கொண்டிருந்தனர்.

இவன் உட்கார எங்கு இடம் கிடைக்கும் எனத் தேடிக் கொண்டிருந்தான். பின்கோடி இரும்புச்சேரிலிருந்து ஒருவர் எழுந்து போவதை கண்டான். அவசரமாகப் போய் உட்கார்ந்துகொண்டான். கொஞ்சம் ஆசுவாசமடைந்தான். சற்றுநேரத்தில் மணமக்கள் மணமேடைக்கு வந்தமர்ந்தனர். மங்கலவாழ்த்து துவங்கியது. நாவிதரின் குரல் கட்டையாகத் தொண்டை கட்டியதுபோல் ஒலித்தது.

இது பெண்ணுடைய வீடு. இவன் மாப்பிள்ளை வகையில் தூரத்துச் சொந்தம். பந்தி முடிந்து ஐம்பது ரூபாய் மொய் எழுதினால் ஊருக்குக் கிளம்ப வேண்டியவன்தான். மதியம் சம்மந்தி விருந்துக்கு எல்லாம் இருக்குமளவுக்கு இவனுக்கு சொந்தம் வலுவில்லை.

வீட்டில் புறப்படும்பொழுதே இவனுக்கு அம்மா சரியாக நூறு ரூபாய் கொடுத்தனுப்பினாள். போய்வர பேருந்துக்கே இருபது ரூபாய் போய்விடும். மொய்ப்பணம் ஐம்பது ரூபாய் போக மீதி முப்பது ரூபாய்க்கு வெற்றிலைப் பாக்கும் குரங்குப் புகையிலைப் பொட்டலங்களும் கட்டாயம் வாங்கிக்கொண்டுபோய் அம்மா கையில் கொடுத்தாக வேண்டும். இல்லையென்றால் அம்மா ரணகளப்படுத்தி ருத்தரதாண்டவமாடி விடுவாள். வீதியே வேடிக்கைப் பார்க்கும் நிலை ஏற்படும். கோழிகூப்பிட காங்கேயத்தில் மினிபஸ் ஏறும்போதே போஸ்டரைப் பார்த்திருந்தான். சென்னியப்பா தியேட்டரில் விஜய் நடித்த துப்பாக்கி ரிலீஸ் ஆகியிருந்தது. திரையை ஒட்டிய முன்பகுதி டிக்கெட் வெறும் முப்பது ரூபாய்தான். இவனுக்கு வெற்றிலைப்பாக்கு புகையிலையை வாங்காமல் விட்டுவிட்டு பத்துமணிக் காட்சிக்குப் போனால்தான் என்னவென்று தோன்றியது. உடனே அம்மாவை நினைக்க அச்சமும் எழுந்தது. முல்லைச்சரம் சூடிய இளம் பெண்ணொருத்தி அட்சதைத் தட்டை நீட்டி இவன் யோசனையைக் கலைத்தாள். இவன் மஞ்சள் அரிசியை அள்ளி உள்ளங்கையில் நாம்பிக் கொண்டான். மணமேடைப் பக்கம் பார்வையைத் திருப்பினான். அருமைக்காரர் தாலிச்சரட்டை வாழ்த்திக் கொடுத்தார். கெட்டிமேளம் உச்சத்தில் முழங்கிற்று. அட்சதையிட முன்பகுதியில் அமர்ந்திருந்தவர்கள் எழுந்து நின்றுகொண்டார்கள். இவனால் தாலிகட்டுவதைச் சரியாகப் பார்க்க முடியவில்லை. இவனும் எழுந்து நின்று மஞ்சள் அரிசியை முன்னால் வீசினான். மஞ்சள் அரிசி மணமக்களை நெருங்கியிருக்கவே சாத்தியமில்லை எனப் பட்டது.

அந்தச்சமயத்தில் இவனுக்குப் பக்கத்து இரும்புச்சேரில் உட்கார்ந்திருந்தவர் எழுந்து போனார். அந்த ஆள் நடந்து செல்லும்போது ஓர் ஐம்பது ரூபாய் நோட்டு தவறிக் கீழே விழுந்தது. அந்த ஆளின் டவுசர் பாக்கெட்டிலிருந்து விழுந்திருக்கக் கூடும். அந்த ஆள் இரும்புச்சேரில் உட்கார்ந்திருக்கும்போதே பணம் நகர்ந்து டவுசரை விட்டு வெளியே பிதுங்கியிருக்க வேண்டும். இவன் குனிந்தால் இரும்புச்சேரினடியில் கிடக்கும் அந்தப்பணத்தை எடுத்து விடுவது சுலபம். இவன் பணத்தைக் கவனிக்காதவன் மாதிரி நின்று

56 | மீதமிருக்கும் வாழ்வு

கொண்டிருந்தான். அந்த ஆளும் பணத்தைக் கவனிக்காமல் பந்தியிடும் வெளித்திண்ணை நோக்கி நடந்துபோனார். வேறு எவரும் பணத்தைக் கவனித்தது போல் தெரியவில்லை.

இவன் விரைசலாகக் குனிந்து பக்கவாட்டில் பார்வையிட்டபடியே நோட்டை எடுத்தான். சட்டை உள்பாக்கெட்டில் வைத்துக்கொண்டான். இவனுக்கு மீண்டும் இரும்புச்சேரில் உட்காரப் பிடிக்கவில்லை. இப்போது கணக்கு நேராகி விட்டது. துப்பாக்கி படப்போஸ்டர் கண்ணுக்குமுன் நிழலாடியது. மணமக்கள் பெரியவரின் காலில் விழுந்து கும்பிட்டுக்கொண்டிருந்தனர். மணப்பெண் படுகுள்ளமாக இருந்தாள். உதட்டுச்சாயமும் ஒட்டாமல் துருத்தியது. பொண்ணு மாப்பிள்ளை சோடிப்பொருத்தமே இல்லை.

இவனால் அதற்குமேல் அங்கு நிற்க முடியவில்லை. துப்பாக்கி பார்க்கும் சந்தோஷம் பீறிட்டது. பந்தி நடக்கும் வெளித்திண்ணைக்குப் போனான். பந்தியிலும் சாப்பிட இருப்புக் கொள்ளவில்லை. மிலிட்டரி உடையில் இளைய தளபதி துப்பாக்கியை நீட்டியபடி இருக்கும் பிம்பம் கண்ணில் ஓடியது. வேகமாகச் சாப்பிட்டுக் கைகழுவினான். வெளியே தென்னந்தடுக்குப் பந்தலுக்கடியில் மொய் எழுதும் இடத்துக்கு வந்தான். ஒலிப்பெருக்கியில் நாயனமும் தவிலும் ஓய்ந்த தொனியில் கேட்டது. சிறுவன் ஒருவன் எவரும் பார்க்கவில்லை என நினைத்து வெற்றிலைத் தட்டில் இருந்த ரோஜாப்பாக்கைக் குத்தாக அள்ளிக் கொண்டு குறுவீதிக்கு ஓடினான். மொய் எழுதுபவர் நிமிராமலேயே பெயரைக்கேட்டு எழுதிக்கொண்டிருந்தார். பணம் வாங்குபவர் நோட்டுகளை எண்ணிச் சரிபார்த்துப் பித்தளைச் சம்படத்தில் போட்டுக்கொண்டிருந்தார். இவனுக்கு முன்னால் மொய் எழுத நின்றவர் டவுசர் பாக்கெட்டில் கைவிட்டுக்கொண்டே சொன்னார்.

“என்னோட மொய் அம்பது ரூவா எழுதுப்பா....?”

“மொட்டையா சொன்னா எப்பிடி எழுதறது....பேரு ஊரெல்லாம் சொல்லுங்க....?”

“ஓகோ...மாப்புள்ளைக்கு நெகாரு சிக்கல போலிருக்கு....ராத்ரி அடிச்சது இன்னமும் தெலியலியா என்ன....?”

மொய் எழுதுபவர் துணுக்குற்றுத் தலையை நிமிர்த்தினார்.

“அட மாமா...நீங்களா....பாக்கல போங்க...”

மொய் எழுத நின்றவர் டவுசர் பாக்கெட்டில் பணம் இல்லாததைக் கண்டு சட்டைப் பாக்கெட்டிலும் தேடினார். பணம் கிடைக்கவில்லை.

இவனுக்குப் புரிந்து விட்டது. மொய் எழுத நின்றவர் இவன் எடுத்துக் கொண்ட ஐம்பது ரூபாய் நோட்டின் சொந்தக்காரர்தான். அந்த ஆள் சுற்றும் முற்றும் பார்த்தபடியே சொன்னார்.

“அய்யோ…எம்பட பணத்த காணோமே…?”

இவன் எதையும் வெளிக்காட்டிக் கொள்ளாமல் மௌனமாக நின்றபடியே இருந்தான். உள்ளுக்குள் நடுக்கம் எடுத்தது. இருப்பினும் பணத்தைத் திருப்பிக் கொடுக்க மனசு வரவில்லை. அந்த ஆளையே பார்த்துக்கொண்டிருந்தான். அந்த ஆளுக்கு வேர்த்து விட்டது.

“அங்கதா தொலச்சிருப்பேன்…”

அந்த ஆள் நகர்ந்தார். அவசரமாக முன்பு உட்கார்ந்திருந்த இடத்தை நோக்கி ஓடினார். இவனுக்கு அந்த ஆளைக் கூப்பிட்டு பணத்தைக் கொடுத்து விடலாமாவென்று ஒருகணம் எண்ணம் எழுந்தது. இளைய தளபதியின் பட போஸ்டர் வேறு மீண்டும் கண்முன்னால் ஆடியது. இப்போது பந்தி நடந்து கொண்டிருக்கும் வெளித்திண்ணையிலிருந்து இறங்கி நிறையப் பேர் மொய் எழுத வந்துகொண்டிருந்தனர். இவன் ஐம்பது ரூபாய் கொடுத்து அப்பா பேரைச் சொல்லி மொய் எழுதினான். அந்த ஆள் உள்ளே தேடிவிட்டு இப்போது பந்தி நடக்கும் வெளித்திண்ணையைக் குறிவைத்துப் போவது தெரிந்தது. இவன் அந்த ஆளையே நோட்டமிட்டபடி இருந்தான். அந்த ஆள் பந்தியில் எச்சில் இலை அள்ளும் கிழவியிடம் போய் ஏதோ வாக்குவாதத்தில் ஈடுபட்டார். உடனே கிழவி இடுப்பில் சொருகியிருந்த சுருக்குப்பையை அவிழ்த்து உதறினாள். சுண்டுவிரல்கிடையளவு கட்டைப் புகையிலைத் துண்டுகள் காரைத்தரையில் விழுந்து சிதறின. கிழவி முந்தானையின் நுனியால் வாயைப் பொத்தி அழ ஆரம்பித்துவிட்டாள். அதற்குள் வாசல் பக்கத்தில் கல்லடுப்பு ஈயவட்டையில் சாதம் சமைத்துக் கொண்டிருந்த தலைமைச் சமயற்காரர் ஓடி வந்து சமாதானப் படுத்த முயன்றார். பந்தியில் சாப்பிட்டுக்கொண்டிருந்தவர்கள் சாப்பிடுவதை நிறுத்தி வேடிக்கை பார்க்கத் துவங்கிவிட்டனர். சட்டெனக் கிழவி எச்சில் இலைகளைக் கொட்டும் குப்பைக்குழிக்குப் போய் நின்றாள். இடுப்பில் சேலைக்கு மேலே சுற்றிக் கட்டியிருந்த அழுக்குத்துணியை அவிழ்த்து வீசினாள். அங்கு மூர்க்கமாகக் குரைத்தபடி ஒன்றோடொன்று சண்டையிட்டுக் கொண்டிருந்த நாய்கள் விலகி ஓடிக் கலைந்தன. கிழவி அங்கிருந்து தலைமைச் சமயற்காரர் கூப்பிடுவதையும் பொருட்படுத்தாமல் குறுவீதியில் நுழைந்து நடக்கத் தொடங்கிவிட்டாள். யாரையோ சாபமிட்டபடியே நடந்துபோய்

58 | மீதமிருக்கும் வாழ்வு

மறைந்தாள். இவன் அவள் விடும் சாபமெல்லாம் தனக்கானதாகவே நினைத்தான். மனதைப் பயம் கவ்வியது. இருப்பினும் பணத்தைத் திருப்பித் தரும் எண்ணம் மட்டும் தோன்றவில்லை. துப்பாக்கி பார்க்கப் போகும் ஆவல் இன்னும் இருந்துகொண்டேயிருந்தது. பொண்ணும் மாப்பிள்ளையும் மனைச்சீரெல்லாம் முடிந்து பந்திக்கு வந்தனர். அப்போதும் அந்த ஆள் வாக்குவாதத்தை நிறுத்தவில்லை. தலைமைச் சமையற்காரர் கல்லடுப்பிடம் போக எத்தனித்தபோது வழிமறித்துக்கொண்டார்.

இவன் மொய் எழுதும் இடத்தைவிட்டு வெளியே வந்தான். வாழைமரங்கள் கட்டியிருந்த நுழைவாயிலுக்கு அருகில் வந்து நின்றான். உள்நுழையும்போதே செருப்பைக் கழற்றியிருந்த அதே இடத்துக்குச் சென்று செருப்பைத் தேடினான். நிறைய செருப்புகள் கலைந்தபடி இறைந்து கிடந்தன. இவன் செருப்புகளை மட்டும் காணவில்லை. மீண்டும் மீண்டும் தேடிப் பார்த்தான். இவன் செருப்புகள் தென்படவேயில்லை. புதுச் செருப்பு அது. நேற்றுத்தான் அம்மா சென்னிமலைத் தேர்க்கடையில் ஐம்பது ரூபாய்க்கு வாங்கிக் கொடுத்திருந்தாள். கல்யாண வீட்டில் கழற்றும்போது பத்திரம் எனச் சொல்லியும் விட்டிருந்தாள். இவனுக்குப் பிதிர்கெட்டது மாதிரி இருந்தது. ஒருகணத்தில் துப்பாக்கி பார்க்கும் உற்சாகமும் வடிந்து போயிற்று. அம்மாவின் முன்பு போய் வெறுங்காலில் நிற்கும் நிலையை நினைத்தபோது ஈரக்குலை நடுங்கியது.

அந்த ஆள் இன்னும் பந்தி நடக்கும் வெளித்திண்ணையில் நின்று தலைமைச் சமையற்காரரிடம் கத்தி கத்திப் பேசிக்கொண்டேயிருந்தார். அந்த ஆள் அங்குதான் பணத்தைத் தொலைத்ததாக நம்பத் தொடங்கி விட்டார். கல்யாண வீட்டினரும் ஓடி வந்து சமாதானப் படுத்திப் பார்த்தனர். அந்த ஆள் பணம் கிடைக்காமல் நகர மாட்டார் எனப் பட்டது. அந்தநேரம் ஆளுங்கட்சிக் கரைவேட்டி கட்டிய ஊர் முக்கியஸ்தர் ஒருவர் வந்து அதட்டினார்.

"பொண்ணும் மாப்பிள்ளையும் பந்தியில சாப்பிடும்போது சத்தம் போட்டுக்கிட்டு....போகமாட்டீங்களா அக்கெட்ட...."

அந்த ஆள் தலைமைச் சமையற்காரருடனான வாக்குவாதத்தை நிறுத்தி விட்டுப் பந்தலுக்கு வெளியே நோட்டமிட்டார். சமையற்காரரும் புகையும் கல்லடுப்பை நோக்கிப் போனார்.

இவன் அதற்குமேல் இங்கு நிற்கக் கூடாது என்று முடிவு செய்தான். குறுவீதியில் இறங்கி நடக்க ஆரம்பித்தான். அந்த ஆள்

என். ஸ்ரீராம் | 59

பின்னால் வருகிறாரா என்று திரும்பி ஒருமுறை பார்த்துக்கொண்டான். அந்த ஆளைக் காணவில்லை. சேவல்கள் கூவிக் கொண்டிருந்தன. இவனுக்கு மண்தரை மேல் வெறுங்காலில் நடப்பது சிரமமாக இருந்தது. பேண்டுக்கும் வெறுங்காலுக்கும் பொருத்தமேயில்லை. எதிர்ப்படுபவர்கள் எவராவது தன் கால்களைக் கவனிக்கிறார்களா என்று உற்றுப் பார்த்தபடியே நடந்தான். நல்லவேளை இதுவரை எவரும் கவனிக்கவில்லை. குறுவீதியில் காலை இளவெயில் படியாமல் வீட்டுச்சுவர்களின் நிழல் விழுந்து கிடந்தது. விநாயகன் கோவில் பஜனைமடத்துத் திண்ணையில் கல்யாணத்துக்கு வந்தவர்களில் சிலர் ஏற்கனவே உட்கார்ந்து மினிபஸுக்காக காத்திருந்தனர். ஆலவாதுக்குள் குயில்கள் இடைவிடாமல் கூவின. எச்சில் இலை அள்ளிய வயோதிகப் பெண்மணி இவன் அருகில் வந்து நின்றாள். இவனைப் பார்க்காமலேயே முனகுவதுபோல் பேச ஆரம்பித்தாள்.

“காசுபணமில்லாத கெழவீன்னா என்ன இளுச்சவாச்சியா.... அந்தச் சண்டாளனுக்கும் எனக்கும் என்ன கெடக்குது.... எதுக்கு எம்மேல அபாண்டமா பழியும் போட்டு எம்பொழப்பையும் கெடுக்கனும்.... மொதக்கோழி கூப்பிட எந்திரிச்சவ நானு...ஒருவாய் பச்சத்தண்ணிகூட வாயில வெக்காம...நாம்பாட்டுக்கு சிவனேன்னு வேல பாத்துக்கிட்டு கெடந்தேன்....என்னை வந்து திருடீன்னு வாய்கூசாம பொய் சொல்லி பட்டஞ்சுமத்தறான்....அப்பிடி சொன்ன நாக்கு வெளங்குமா....நீயே சொல்லு தம்பி....நா அம்பது வருசமா இந்த வேலதா பாக்கறேன்.... ஒருநா ஒரு சின்ன துரும்ப தூக்கிருப்பேனா ஆருக்கும் தெரியாம....””

கிழவி பேசுவதை நிறுத்தி பெருமூச்சு விட்டாள். இடுப்பில் சொருகியிருந்த சுருக்குப்பையை அவிழ்த்து காட்டினாள்.

“இப்ப ஒரு பொகீலத் துண்டுக்குக்கூட வழியில்லாம.... வெறுங்கையோட ஊட்டுக்கு போற நெலமைக்கு என்னைக் கொண்டு வந்து உட்டுப் போட்ட அந்தச் சண்டாளன்... வெளங்கவே மாட்டான்....எங் கண்ணுமுன்னால சீரழிஞ்சு போவான்....உன்னை சாட்சியா வெச்சுச் சொல்லறேன் தம்பி இது சத்தியமா நடக்கும் பாரு....”

கிழவியின் முகத்தில் அளவிடமுடியாத ஆத்திரம் பொங்கியது. ஆசுவாசப்படுத்திக்கொள்ள சுருக்குப்பையில் துழாவி புகையிலைத் துகள்களை உள்ளங்கையில் கொட்டி வாயில் போட்டு அதக்கிக் கொண்டாள்.

60 | மீதமிருக்கும் வாழ்வு

"இப்ப வயிரும் பசிக்குது.... பஸுக்கு போகவும் கையில நயாபைசா இல்ல...ஆருகிட்ட கேப்பேன் சொல்லு பாக்கலாம்..."

கிழவிக்கு வேதனை தொண்டையை அடைத்தது. கண்களில் பெருகும் நீரைக் கட்டுப்படுத்த முடியவில்லை. புறங்கையால் துடைத்தபடி தள்ளி நகர்ந்தாள். இவனுக்குக் கிழவி இதைத் தன்னிடம் வந்து சொல்லியதிலும் ஏதோ ஒருவித புதிர்த்தன்மை மறைந்திருப்பதாக பட்டது. பத்நடிதூரம் போன கிழவிலை இவன் கூப்பிட்டான்.

"பாட்டீ..."

கிழவி திரும்பி இவன் கிட்டத்தில் வந்து நின்றாள். இவன் சட்டையின் உள்பாக்கெட்டில் விரல்விட்டு அந்த ஐம்பது ரூபாய் நோட்டை எடுத்து நீட்டினான். ஊர் எல்லையில் மினிபஸ் நுழைந்து வரும் முறைச்சல் கேட்டது.

குலவை

ஏப்ரல் – ஜூன் 2013

மூன்று மழைக்காலங்கள்

நிழற்குடையைச் சுற்றிலும் மழைநீர் தாரை தாரையாக ஒழுகி வழிந்தது. காற்றின் விசை தாழாமல் நீர்த்துளிகள் இவன் அமர்ந்திருந்த சிமெண்ட் பலகைவரை தெறித்து விழுந்தது. இவன் மடியிலிருந்த தோள்பையை இறக்கி வைத்துவிட்டு எழுந்து நின்றுகொண்டான். வலுத்துப் பெய்யும் மழையையே பார்த்தபடி இருந்தான். இவனுக்கு மழை ஓசையைத் தவிர வேறு புறவெளிச் சப்தம் எதுவும் கேட்கவில்லை. குளிர் ஊடுருவி கைகள் சில்லிட்டன. சிமெண்ட் பலகையின் இன்னொரு முனையில் அழுக்குத் துணியால் முகம்வரை மூடிப் படுத்திருந்த பைத்தியம் மேலும் குறுகிப் படுத்தது.

அப்பா நிழற்குடைக்கு வெளியே சைக்கிளை நிறுத்தியிருந்த இடத்திலேயே நின்றார். அவர் தலைக்குப் போட்டிருந்த சாக்குபடுதாக் கொங்காடை தொப்பலாக நனைந்து மழைநீர் வடிந்துகொண்டிருந்தது. அப்பா தார்ச்சாலையை உற்று நோக்கியபடியே மறுபடியும் சந்தேகத்தைக் கிளப்பினார்.

“ஏம்ப்பா டிப்போவில் ஒழுங்கா சொல்லியிருக்கியா... எங்காச்சும் பஸ் இங்க நிக்காம போயிறப் போகுது... எல்லாம் வெட்டி வேலையா போயிரும்... பேசாம ஒரு எட்டு பஸ் ஸ்டேண்டே போயிருக்கலாம்...''

இவன் பதில் பேசவில்லை. தார்ச்சாலையில் பெருகியோடும் மழைநீரை நில்லாமல் பேருந்துகளும் வாகனங்களும் சிதறடித்துக் கடந்தன. தலைக்கு மழைக் காகிதத்தைக் கட்டிக் கொண்டு சைக்கிளில் சென்ற பால்காரர் நிழற்குடையில் நிற்கும் இவனையும் அப்பாவையும் பார்த்துக்கொண்டே மெதுவாகப் போனார். தார்ச்சாலையின் மறுபுறம் சரிந்த சீமையோட்டுக் கூரையுடன் தெரிந்த இரண்டு வீடுகளும் நிசப்தித்திருந்தன. ஊர் செல்லும் மண்பாதையில் மழைநீர் செந்நிறமாய்ப் பெருக்கெடுத்து ஓடிற்று. திடீரென ஒரு மின்னல்

62 | மீதமிருக்கும் வாழ்வு

உச்சிவானம் வரை படர்ந்து போயிற்று. இடியின் பேரோசை வெளியே பிளந்தது. சிலகணம் நிலம் அதிர்வுற்று அடங்கிற்று. அர்ஜூனா அர்ஜூனா என்று முனகியபடியே அப்பா வானத்தைப் பார்த்தார். பின் நிழற்குடைக்குள் வந்து நின்று பேசினார்.

“ஏம்பா இந்த மொறையாவது உருப்படியா ஒரு வேல புடுச்சுக்குவியா... இல்ல சினிமா எடுக்கப் போறேன்னு சும்மா சுத்தப்போறியா... ஒவ்வொரு மொறையும் நீ வெறு ஆளா மேக்கே வந்து நிக்கும்போதெல்லாம் பெத்த வயிறு பத்தி எரியுதுடா... உன்னைய ரெண்டு தட்டி இங்கேயே ஒரு தொழில்ல அமுக்காம நாந்தான் செல்லங்கொடுத்து உன்னக் கெடுத்துட்டேன்னு தோணுது...”

விரக்தியில் பேசும் அப்பாவை இவனால் நேருக்குநேராகப் பார்க்க முடியவில்லை. முகத்தைத் திருப்பி பைத்தியதைப் பார்த்தான். அது நிச்சலனமாகவே படுத்திருந்தது. அது தூங்குகிறதா? அல்லது விழித்திருக்கிறதா என இவனால் கண்டுணர முடியவில்லை. அப்போது ஒரு மின்னல் அடிவானிலிருந்து உச்சிவரை முகிலைக் கிழித்துப் படர்ந்தது. இன்னோர் இடி கனமாக இறங்கியது. உடனே மழையின் வேகம் கொஞ்சம் தணிந்தது. துளியின் அடர்வும் குறைந்தது.

அப்பா தார்ச்சாலையையே பார்த்துக்கொண்டிருந்தார். இவனும் பார்த்தான். தொலைவுவரை புளியமர இடைவெளிக்குள் தார்ச்சாலை தெளிவாகத் தெரியத் தொடங்கிற்று. வெளிச்சம் சிறுக சிறுக மங்கிக் கொண்டே வந்தது. இருசக்கர வாகனங்கள் சில விளக்கை எரியவிட்டு விரைந்தன. விளக்கொளியில் தூறல் இன்னும் அடர்வுடன் விழுந்து கொண்டிருப்பதுபோலப் பட்டது. இவன் செல்லும் பேருந்துவர ஏனோ தாமதமாகிக்கொண்டேயிருந்தது. இவன் சலிப்படைந்தவனாக மறுபடியும் பைத்தியத்தையே பார்த்தான். அது அசைவின்றி அப்படியே படுத்திருந்தது. அது ஆணா? பெண்ணா எனவும் இவனால் கண்டுபிடிக்க முடியவில்லை. மழை சின்ன சின்ன துளிகளாய் விழுந்து கொண்டிருந்தது. முகில்கள் தலைக்கு மேல் கறுத்துத் திரண்டு நகர்ந்தவண்ணம் இருந்தன.

அந்தச் சமயத்தில் அப்பா பேருந்து வந்துவிட்டதாகச் சப்தமிட்டுக் கொண்டு தார்ச்சாலையில் போய் நின்றார். இவன் தோள் பையை தூக்கிக் கொண்டு இறங்கினான். தெற்கேயிருந்து இரு ஒளிப்புள்ளிகள் விரிவு கொண்டு நெருங்கின. நகரப் பேருந்து அருகில் வந்து நின்றது. அப்பா அலுப்புடன் காறித் துப்பினார். தாட்டியான ருக்குமணி அக்கா

முன்புறப் படிக்கட்டிலும் வடக்கு வளவு ஆட்கள் இருவர் பின்புறப் படிக்கட்டிலும் இறங்கி நின்றார்கள். நடத்துநரின் விசில் சப்தம் வெளியே கேட்டது. சேற்று மண்ணில் இறங்கி ஏறிய பேருந்துவின் சக்கரத்தாரை தார்ச்சாலையில் படிந்து சென்றது. பேருந்திலிருந்து இறங்கிய மூவரும் சிறு தூறலையும் பொருட்படுத்தாமல் ஊர் செல்லும் மண்பாதையில் இறங்கி நடந்தார்கள். இவன் இருளின் அடர்வு மேன்மேலும் கூடிவருவதைக் கண்டான். புற உலகின் ஈர்ப்பு இல்லாமல் இவன் மனம் சில கணங்கள் வெறுமையாயிற்று. அப்பா மௌனமாகவே இருந்தார். முகில்கள் நீர் மூலையிலிருந்து தொடர்ந்து கிளர்ந்துகொண்டிருந்தன.

தொலைவில் வெகு முறைச்சலுடன் இவன் செல்லும் பேருந்து வருவதைப் பார்த்தான். இவன் கடைசியாக ஒருமுறை நிழற்குடைப் பக்கம் திரும்பி பைத்தியத்தைக் கவனித்தான். அது மார்ச்சளி முற்றியதுபோல பிராண வேதனையுடன் இருமிக்கொண்டு எழுந்து அமர்ந்தது. கறுங்காடி கழுத்தை மூடி வளர்ந்திருந்தது. அதன் திரண்ட கண்கள் இவர்களையே வெறித்தன.

“டேய்... போய் எறங்கினதியும் ரைஸ்மில் மாமாவுக்கு மறக்காம போன் செஞ்சு சொல்லிடு... இல்லீனா உங்கம்மா அடிச்சுக்கிட்டே கெடப்பா...’’

அப்பா சொல்லிக்கொண்டிருக்கும்போதே வெளிச்சப் புள்ளிகள் நெருங்கி வந்து கண்ணைக் கூசின. இவனுக்கோ எங்கே பேருந்து நிற்காமல் போய்விடுமோ என்கிற பதற்றம் கூடியது. அப்பா குனிந்து இடக்கையை மேலும் கீழும் அசைத்தார். பேருந்தின் வேகம் குறையவேயில்லை. ஹாரன் சப்தத்துடன் பேருந்து அருகில் வந்துவிட்டது, நிற்கவில்லை. இவன் தடுமாற்றத்துடன் நகர்ந்து சேற்றில் இறங்கினான். பின் சுதாரித்து கடந்து போகும் பேருந்தையே பார்த்தான். பேருந்து சற்றுத் தொலைவு சென்றதும் சட்டென நின்றது. அப்பா சப்தமிட்டார்.

“ஓடு... ஓடு...’’

இவன் தோள்பை குலுங்க வேகமாக ஓடினான். பின்படிக்கட்டுக் கதவைத் திறந்த நடத்துநர் இவனை ஏதோ சப்தமிட்டார். இவன் படியில் ஏற ஏறப் பேருந்து கிளம்பியது. இவன் தலையை மட்டும் நீட்டிப் பேருந்து நிறுத்தத்தைப் பார்த்தான். அப்பா தெரியவில்லை. ஒரே இருளாய் இருந்தது.

64 | மீதமிருக்கும் வாழ்வு

இவனுக்கு மூச்சு வாங்கியது. மேலே கம்பியைப் பிடித்துக் கொண்டே முன்னே நகர்ந்தான். பேருந்து வேகத்தடை மீதேறிக் குலுங்கிற்று. எல்லா இருக்கையிலும் ஆட்கள் அமர்ந்திருப்பதுபோலவே தோன்றியது. பதினாறாம் எண் இருக்கை இவனுடையது, ஜன்னலோர இருக்கை. பதினேழாம் எண் இருக்கையில் அமர்ந்திருப்பவன் எழுந்து நகர்ந்து வழிவிட்டான். இவன் தோள்பையை மேலே திணித்துவிட்டு உள்ளே போனான். இருக்கையெங்கும் மழைநீர் ஒழுகியிருந்தது. கைகளால் துடைத்துவிட்டு அமர்ந்தான். விறுவிறுவென பிஷ்டசம் வரை ஈரம் ஏறியது. ஆசுவாசப்படுத்திக்கொள்வதற்காகப் பின்னால் சாய்ந்து கண்களை மூடினான். மூச்சை ஆழ்ந்து சுவாசித்தான். நிம்மதியாக இருந்தது. சிறிது நேரம் கழித்துக் கண்களைத் திறந்தான். பதினேழாம் இருக்கையில் அமர்ந்திருந்தவன் இவனையே பார்த்துக் கொண்டிருந்தான். பின்பு மெல்லச் சிரித்தபடி இவனைக் கேட்டான்.

"நீங்களும் மெட்ராஸா?''

இவன் ஆமாம் என்பதுபோல் தலையசைத்தான். மேற்கொண்டு இவன் அவனோடு எதுவும் பேசவில்லை. அவனுக்குச் சிவந்த நிறம், வட்டமான முகம். எப்போதும் புன்னகை. முடியை மேலே வாரியிருந்தான். அவன் குரலில் தோற்றத்தை மீறிய மென்மை இழையோடியது. இவன் முகத்தை ஜன்னலை நோக்கித் திருப்பிக்கொண்டான். கண்ணாடியில் பேருந்தின் உட்புறத்தில் அமர்ந்திருப்பவர்களுடன் இவன் முகம் தான் தெரிந்தது. கண்ணாடியை இழுத்துத் திறந்தான். ஈரக்காற்று முகத்தில் அறைந்தது. வெளியே கவிந்த இருளில் ஆங்காங்கே வெளிச்ச மினுப்புகள் இறைந்து கிடந்தன. பேருந்து ஒரே சீராகப் பயணித்தது. இவனால் குளிரைத் தாங்க முடியவில்லை. கண்ணாடியைத் தள்ளிப் பழையபடி மூடினான். நடத்துநர் பயணச்சீட்டைச் சரிபார்த்து நகர்ந்தார். பதினேழாம் எண் இருக்கைக்காரன் இவனிடம் வலக்கையை நீட்டிச் சொன்னான்.

"ஐய்யாம்... சுரபதி ராஜேந்தர்...''

அவன் பெயர் வித்தியாசமாக இருந்தது. இவன் இவனுடைய பெயரைச் சொல்லி கை குலுக்கினான். இருவரும் ஒருமுறை பரஸ்பரம் புன்னகைத்துக் கொண்டார்கள். முன்பகுதி இருக்கையிலிருந்து குழந்தை வீறிட்ட சப்தம் வந்தது. சுரபதியே திரும்பவும் பேச்சைத் தொடங்கினான்.

"நீங்க தாராபுரம்தானா?''

"இல்ல... பக்கத்துல செங்காட்டூர்''

என். ஸ்ரீராம் | 65

சுரபதி எதையோ யோசித்தபடியே இவனையே பார்த்தான். பின் சிறு இடைவெளிவிட்டு மறுபடியும் பேசினான்.

“நீங்க மெட்ராஸூல எங்க?''

“பூந்தமல்லி''

“நான் சாலிகிராமம்''

சற்று நேரம் மௌனமாகக் கடந்தது.

“என்ன பண்ணறீங்கன்னு தெரிஞ்சுக்கலாமா?''

“சினிமாவுல அஸிஸ்டென்ட் டிரைக்டரா ட்ரைப் பண்ணிட்டு இருக்கேன்...''

“ஓ... அப்படியா ரொம்ப சந்தோஷம்... நானும் அந்த பீல்டுதான். பட் இப்ப பத்திரிகை எடிட்டோரியலில் இருக்கேன்... தற்சமயம் நிச்சயதாம்பூலம்ன்னு ஒரு மன்த்லியில சப்_எடிட்டரா இருக்கேன். கதை, கவிதை நெறைய எழுதுவேன்... அதனாலதான் இந்த வேலைய புடிக்க முடிஞ்சுது... ரெண்டு வாரத்துக்கு முன்னால குமுதத்துலகூட ஒரு பக்க கதை ‘ஓடிப் போனவள்' எழுதியிருந்தேனே... நல்ல ரெஸ்பான்ஸ்...''

மேலும் சுரபதி அவனைப் பற்றிய விசயங்களைக் கூறுவதற்காகவே இவனிடம் ஏதாவது கேட்டுக் கொண்டே வந்தான். இன்னும் பெரிதான விருப்பம் எதுவும் இல்லாமல் பதில் கூறி வந்தான். அதற்குள் பேருந்து இரவு உணவுக்காக கரூரில் நிறுத்தப்பட்டது. இவனோடவே சுரபதியும் இறங்கினான். மழை ஆவேசமாகவே பொழிந்து கொண்டிருந்தது. காற்று சுழன்று சுழன்று அடித்தது. சிமெண்ட் பூச்சான தளத்தில் மழைநீர் பெருகி ஓடிக் கொண்டிருந்தது. பேருந்து நிலையத்தைச் சுற்றிலுமான கடைகளின் முன்பு ஆட்களும் குறைவாகவே தென்பட்டனர். சுரபதியும் இவனோடவே ஓடிவந்து ஹோட்டலுக்குள் நுழைந்தான். இவன் எதிரிலேயே அமர்ந்தான். இவனப் போலவே மசால்தோசை மட்டும் ஆர்டர் செய்து சாப்பிட்டு கை கழுவினான். பில்லுக்கான பணத்தை முந்திக் கொண்டு சுரபதியே கொடுத்தான். இவனுக்கான பணத்தை நீட்டியபோது வாங்க மறுத்துவிட்டான். பல நாட்கள் பழகியவன்போலச் சொன்னான்.

“நமக்குள்ள இந்த பார்மால்டிஸ்ஸெல்லாம் எதற்கு?''

குளிர் கூடியிருந்தது. மின்னல் கண்ணைப் பறிப்பதுபோல் வெட்டி இடி இடித்தது. கனத்த மழை விடாமல் தொடர்ந்து பொழிந்தது. பேருந்து கிளம்ப நேரமிருந்தது. இவன் பேருந்து நிலையத்தின் மேற்கு

66 | மீதமிருக்கும் வாழ்வு

மூலை பக்கம் நடந்தான். சுரபதியும் கூடவே போனான். அங்கு ஒரு புத்தகக் கடையில் மட்டும் சிற்றிதழ்கள் தொங்கவிடப்பட்டிருந்தன. ஏற்கெனவே இவன் பலமுறை வாங்கியிருக்கிறான். கணையாழியும் சுபமங்களாவும் வாங்கினான். சுரபதி புத்தகங்களை ஆர்வமாகப் பார்க்கவில்லை. மாலைத் தினசரிகளின் சுவரொட்டிகளை மட்டும் மேலோட்டமாக நோட்டமிட்டான். பின் இவன் வாங்கிய இரு இதழ்களையும் வாங்கி புரட்டிப் பார்த்தபடி கேட்டான்...

“இது மாதிரி புத்தகமெல்லாம் படிப்பீங்களா?”

“ம்ம்ம்...”

“எழுதுவீங்களா?”

“ஆர்வமிருக்கு... இனிமேல் தான் எழுத ஆரம்பிக்கனும்...”

“எது கவிதையா? கதையா?”

“ம்ம்ம்.. தெரியலை... எழுதிப் பார்த்தாத்தானே வடிவத்தைத் தீர்மானிக்க முடியும்...”

“நான் ரெண்டும் எழுதிக்கிட்டு இருக்கேன்...”

சுரபதி இதழ்களைத் திருப்பிக் கொடுத்தான். மழை மேலும் வலுத்தது. குடைக்குள் முகம் மறைய சிலர் நடந்தனர். இருவரும் ஓடிவந்து பேருந்துவில் ஏறினர். இருக்கையில் அமர்ந்ததும் இவன் கேட்டான்.

“நீங்க நெறைய வாசிப்பீங்களா?”

சுரபதி சிரித்தான்.

“எனக்கு படிச்சாவே தூக்கம் வந்திடும்... இன்னும் சொல்லப்போனா காலேஜ்ல கடைசி செமஸ்டர் எக்ஸாம் அப்ப படிச்சதுதான்...”

சுரபதி மறுபடியும் கடகடவென்று சிரித்தான்.

“அப்புறம் எப்படி எழுதறீங்க?”

“அதுதான் என்னோட ஸ்பெஷாலிட்டி...”

பேருந்து கிளம்பிற்று. முன் இருக்கையில் குழந்தை திரும்பவும் வீறிட்டு அழ ஆரம்பித்தது. பேருந்துவின் உள்ளே விளக்குகள் அனைத்தையும் அணைத்துவிட்டனர். வெளிர் சிவப்பு ஒளி பரவி பேருந்துவைப் போர்த்தியது. சுரபதி இருக்கையை சரிவாக்கிச் சாய்ந்து படுத்தான்.

“நாளையிலிருந்து இஷ்யூ வேலை ஆரம்பிக்கனும். டயர்டாயிடும்... கொஞ்சம் தூங்கிக்கிறேன்...”

சுரபதி கண்களை மூடிக் கொண்டான். இவனுக்கு ஆச்சரியமாக இருந்தது. ஏதோ இதுவரை இவனே அவனிடம் வழியப் பேசியதுபோல அவன் சொன்ன தொனி இருந்தது. இவன் பார்வையை திருப்பிக் கொண்டான். கண்ணாடிக்கு அப்பால் இருளின் ஏகாந்தம் கவிழ்ந்தவெளி பல்வேறு ரூபங்களைக் காட்டிக் கடந்தன. மழையினூடே இருளில் மங்கலாக நகரும் சாலையோர மரங்களையும் நிலப்பரப்புகளையும் ஊர்களையும் பார்த்தபடியே இருந்தான். பேருந்தின் முறைச்சல் ஒரே லயத்தில் கேட்டது. இவனுக்கும் கண்களை மெள்ள அயர்ந்து மூடின.

இவனின் நெற்றி முன் இருக்கை கம்பியின் மீது மோதியது. உறக்கம் கலைந்து திடுக்கிட்டு விழித்தான். பேருந்துக்குள் விளக்குகள் எரிந்தன. பதினேழாம் எண் இருக்கையில் சுரபதியைக் காணவில்லை. நிறைய இருக்கைகள் காலியாக இருந்தன. ஓரிடத்தில் பேருந்து நின்று கிடப்பதை உணர்ந்தான். இவன் எழுந்து கீழே இறங்கினான். பேருந்துவின் முன்பும் பின்பும் நீண்ட வரிசையில் வாகனங்கள் தேங்கி நின்றன.

பனி இறங்கியிருந்தது. நிலவை மூடி வெண் முகில்கள் நகர்ந்து கொண்டிருந்தன. நட்சத்திரங்கள் தெரிந்தன. முன்னிரவில் மழை பெய்திருக்க வேண்டும். தார்ச்சாலை ஈரமாகக் கிடந்தது. இவன் பேருந்தின் பக்கவாட்டில் நின்று சிறுநீர் கழித்தான். புளியமரத்தை ஒட்டிய பள்ளத்தில் செடிகள் மீது சிறுநீர் விழுந்து சிதறும் சப்தம் எழுந்தது. கிட்டத்தில் மினுக்கட்டான்கள் ஒளிர்ந்தன. தவளைகள் கத்தின. பேருந்தின் முன்புறம் நின்று சிகரெட் பிடித்துக் கொண்டிருந்தார்கள். அவர்களோடு சுரபதியும் இருந்தான். இவன் சுரபதியின் அருகில் சென்று கேட்டான்.

“ரயில்வே கேட் போட்டிருக்கா?”

“இல்ல ஏதோ ஆக்ஸிடெண்டாம்... போலீஸ் வந்து அப்புறப் படுத்தாம எதுவும் நகராது... இங்கேயே வெடிஞ்சிடும்போல இருக்கு...

சில்வண்டுகளின் சப்தம் விட்டுவிட்டுக் கேட்டது. திடீரென நிலா வெளிச்சம் படர்ந்தது. முகில்கள் விலகியிருந்தன. இவன் மேலும் சற்று நேரம் அங்கேயே நின்றான். பின்பு பேருந்துக்குள் ஏறினான். ஸ்டேரிங்கின் மேல் சாய்ந்து ஓட்டுநர் தூங்கிக் கொண்டிருந்தார். இவன் இருக்கைக்குச் சென்று அமர்ந்தான். இவன் பின்னாலேயே சுரபதியும்

68 | மீதமிருக்கும் வாழ்வு

வந்தான். சுரபதி வந்தவுடன் அவனது தோள்பையைத் திறந்து புத்தகம் ஒன்றை வெளியே எடுத்தான். அது 'தமிழ் அரசி' வார இதழ். நடுப்பக்கத்தை விரித்துக் கொடுத்து இவனைப் படிக்கச் சொன்னான். ஐந்து அல்லது ஆறு வார்த்தைகளுக்கு மிகாமல் பிரசுரமாகியிருந்த ஆறு கவிதைகள் இருந்தன. ஓரமாக சுரபதியின் கறுப்பு வெள்ளை ஒளிப்படம் இருந்தது. இந்த வார கவிதைகள் பெரிய எழுத்துகளில் அச்சாகியிருந்தன. இவன் அந்த கவிதைகள் ஒவ்வொன்றையும் வேகமாக வாசித்து முடித்தான். மனசு லயிக்கவில்லை. மிக எளிமையாக உரைநடையை மடித்து எழுதியதுபோல இருந்தன.

"கவிதை எப்படி?"

"நல்லா இருக்கு…!"

"கிட்டத்தட்ட நூறு கவிதையை எங்கிட்ட குடுத்தாங்க… ஆறு கவிதையைத் தேர்ந்தெடுக்கச் சொல்லி… எதுவும் தேறல….

அவ்வளவும் குப்பை… அப்புறம் வேற வேற பேர்ல நானே எழுதி சேர்த்திட்டேன்… அதனாலதா கவிதை எப்பிடி இருக்குதுன்னு உங்களக் கேட்டேன்…"

"நெஜமாலுமே நல்லா இருக்கு…"

"ஆறுமா…?"

இவன் சிரித்துக் கொண்டான். சுரபதி துண்டு சீட்டில் ஏதோ எழுதி இவனிடம் கொடுத்தான்.

"இது என்னோட அட்ரஸ்… நீங்க அவசியம் ஞாயிற்றுக்கிழமையில ஒருமுறை ரூமுக்கு வாங்க… இல்லீனா எப்ப வேணுமுனாலும் ஈவ்னிங் டைமுல வாங்க…"

இரண்டு வாரங்கள் போயிருந்தன. அன்று சனிக்கிழமை. இவனின் எல்லா முயற்சிகளும் தோல்வியிலேயே முடிந்திருந்தன. உதவி இயக்குநராக சேர முடியாதோ என்கிற கவலையே எழுந்துவிட்டது. மனசு ஒரு மாதிரியிருந்தது. சாயங்காலத்தில் திடீரென சுரபதியைச் சந்தித்தால் என்ன என்கிற யோசனை தோன்றியது. 49ஏ பேருந்தில் ஏறிவிட்டான். பூந்தமல்லியிலிருந்து விருகம்பாக்கம் வந்து இறங்கி நடந்தான். மஞ்சள் வெயிலே இல்லை. மேலே அண்ணாந்தான், கருக்கல்கள் ஏறியிருந்தன. எந்த நிமிடமும் மழை வரும்போல் இருந்தது. குடை வைத்துக் கொள்ளும் பழக்கம் இவனிடம் இல்லை. மாலை நேர இயக்கங்களில் சாலை பரபரப்பாய் இருந்தது. நடையில் வேகம் கூட்டினான். சாலிகிராமத்தை சமீபிக்கும்போதே இருள்

என். ஸ்ரீராம் | 69

கட்டி வந்தது. சிறு தூறல் விழுந்தது. இருந்திருந்தாற்போல மழை சடசடவன இறங்கிற்று. இவன் ஓடி சட்டரை இழுத்துவிடப்பட்ட கடை முன்பு ஒண்டினான். இன்னொருவனும் வந்து நின்றான். அவன் உடைகளில் சாயங்கள் ஒட்டியிருந்தன. பெயிண்ட்ராக இருக்கக்கூடும். அவன் சிகரெட் பற்ற வைத்தான். புகை இவன் மீதே மோதியது. இவனால் எதுவும் சொல்ல முடியவில்லை. மழை விடுவதுபோலத் தோன்றவில்லை. அமைதியாக கவிழ்ந்து பெய்தது. நீர்பெருகி தெரு மூடி ஓடிற்று.

இவன் சுரபதி எழுதிக் கொடுத்திருந்த முகவரிச் சீட்டை மீண்டும் ஒருமுறை எடுத்துப் படித்தான். விரலிடுக்கில் சிகரெட்டை வைத்துக் கொண்டு மழைத்துளிகள் விழுந்த தெருவையே பார்த்துக் கொண்டிருந்த பெயிண்டரிடம் கேட்டான்.

"தசரதபுரம்..."
"இதுதான்..."
"நாகாத்தய்யன் கோயில் தெரு..."
"எதிரில தெரியுதே இதுதான்..."
"சுரபதி ராஜேந்தர், நம்பர் 13"
"தெரியாது உள்ள போய் கேளு"

பெயிண்டர் மேலும் சிகரெட்டை உறிஞ்சி புகை விடுவதில் லயித்தான். இவனுக்கு கால் கடுத்தது. வெகுநேரம் நிற்பதுபோலத் தோன்றியது. காற்றுக்கு தூங்குமூஞ்சி மரக்கிளைகள் அசைந்தாடின. நீர் சிதறியது. மழையின் வேகம் தணிவதுபோல் தெரியவில்லை. பெயிண்டர் தேய்ந்த சிகரெட்டை மழைநீரில் வீசி எறிந்தான். பேண்ட்டை முழங்கால்வரை சுருட்டி விட்டான். ஸ்லிப்பர் செருப்பை கையில் எடுத்துக் கொண்டு தண்ணீரில் இறங்கி நடந்தான். அவன் எதிரே பூக்காரம்மா சேலையை கணுக்கால் தெரியும்வரை தூக்கிப் பிடித்து சமதளத்தில் நடப்பது போலவே நடந்து வந்தாள். முந்தானை சும்மாட்டுக்கு மேலே பூக்கடை விழாமல் வந்தது. பூக்கூடை மீது பூக்கள் நனையாமல் இருக்க மழைக்காகிதத்தால் மூடியிருந்தது. குடையுடன் சிலர் நடந்தனர்.

திடீரென மழை சிறு தூறலாகக் குறைந்தது. இவனும் முழங்கால் வரை பேண்ட்டை சுருட்டி விட்டுக் கொண்டான். செருப்பு நழுவி விடாமல் இருக்க நிதானமாக கால் தூக்கி நீரில் நடந்தான். இரண்டு சிறுமிகள் வீட்டின் முன்பகுதியில் நின்று மழைநீருக்குள் இறங்கி விளையாட எத்தனித்துக் கொண்டிருந்தனர். தூங்குமூஞ்சி மரங்கள்

இலையுதிர்ந்து கிடந்தன. மரக்கிளை இடுக்கு வழியாக கருத்த ஆகாயம் தெரிந்தது. ஈரமான காற்று வீசிற்று. வாகனங்கள் நீரை இறைத்துக் கொண்டு கடந்து போயின. இவன் குறுகலான சந்தில் நுழைந்தான். மழைநீர் வடிந்திருந்தது. வீடுகள் எதிர் எதிரில் நெருக்கமாக இருந்தன. உடம்பெல்லாம் சேறு படிந்த நாய் ஒன்று அடிவயிற்றில் நீர் கொட்டியபடி எதிரில் வந்தது!

இவனும் எதிரில் தென்பட்டவர்களிடம் எல்லாம் துண்டுச்சீட்டைக் காட்டி சுரபதியின் முகவரியை விசாரித்தான். கேட்டவர்கள் எவரும் சரியான முகவரியைச் சொல்லவில்லை. உத்தேசமாக ஏதாவது ஓர் வீட்டினைக் காட்டினார்கள். அங்கு போய் கேட்டால் முகவரி மாறியிருந்தது. இவனுக்கு சுரபதியின் அறையைக் கண்டுபிடிப்போம் என்கிற நம்பிக்கை போய்விட்டது. திரும்பத் திரும்ப அங்கேயே சுற்றிக் கொண்டிருப்பதில் அலுப்பு ஏற்பட்டது. திரும்பப் போய்விடலாம் என்றே நினைத்தான். அப்போது மீன் வியாபாரி ஒருவர் குரலிட்டபடி சைக்கிளை உருட்டிக் கொண்டு வந்தார். மீன் வாங்க வாசற்படிமேல் நின்ற பெண்ணொருத்தியிடம் முகவரியைக் கேட்டான். அந்த பெண் சந்தின் தொடக்கத்தில் உள்ள மெரூன் வண்ண வீட்டில் கேட்டுப் பார்க்கச் சொன்னாள். மீன் வியாபாரி சைக்கிளை நிறுத்திவிட்டு வெளிர்சிவப்பு நிற செங்காரை என்னும் சங்கரா மீனை தூக்கிக் காண்பித்தார். இவன் அவ்விடத்தை விட்டு நகர்ந்தான். மீனின் கவிச்சி தொடர்ந்து வந்தது. மெரூன் வண்ண வீட்டின் மதிற்சுவரை ஒட்டி மரமல்லிமரம் நீர் கொட்டியபடி இருந்தது. வெண்ணிறப் பூக்கள் ஈரத்தரையெங்கும் உதிர்ந்து கிடந்தன.

இவன் அழைப்பு மணியை அழுத்திவிட்டு சில நிமிடங்கள் காத்திருந்தான். கதவு திறந்தது. நைட்டியில் குண்டான ஒரு பெண்மணி நடைமீது வந்து நின்றாள். உள் அறையில் தொலைக்காட்சி ஓடும் சப்தம் வெளியே கேட்டது. சடைவுடன் கேட்டாள்.

"ஒங்களுக்கு ஆர் வேணும்?"

"சுரபதி ராஜேந்தர்"

"அப்படி யாருமில்லையே?"

"இல்ல இங்க தங்கியிருக்கிறதா அட்ரஸ் குடுத்திருக்காரு..."

அந்த பெண்மணி இவனை முறைத்த மாதிரி பார்த்தாள். இவன் துண்டுக் காகிதத்தைக் காட்டினான். அதை வாங்கிப் படித்த அந்த பெண்மணி யோசித்தாள். திரும்பவும் துண்டுக் காகிதத்தை இவனிடமே கொடுத்துவிட்டுச் சென்றாள்.

என். ஸ்ரீராம் | 71

"எதற்கும் மேல மொட்டமாடியில போய்ப் பாருங்க..."

அந்த பெண்மணி திரும்பவும் கதவைச் சாத்திக் கொண்டாள். இவன் மாடிப்படி தேடி, மெல்ல ஏறினான். குறுகலான படியில் வண்ணம் உதிர்ந்து போயிருந்தது. குழந்தை பென்சிலால் கிறுக்கியிருந்தன. முதல்தள வீட்டில், திறந்திருந்த சன்னலுக்குள்ளே, வெளிச்சம் குறைந்த அறையில் மொட்டைமாடி முழுவதும் கீற்று வேயப்பட்டு அறை அறையாகத் தடுக்கப்பட்டிருந்தது.

இவன் கைப்பிடிச் சுவரை பிடித்தபடி ஒவ்வோர் அறையாகப் பார்த்தான். பெரும்பாலும் அறைகள் பூட்டியே கிடந்தன. ஒரே ஓர் அறை வாசற்படி மீது மட்டும் நைட்டியில் ஒரு பெண் உட்கார்ந்து அரிவாள் மனை வைத்து கீரை அரிந்து கொண்டிருந்தாள். வீட்டுக்குள் அம்மணமாக நின்ற பெண் குழந்தை இவனையே பார்த்தது.

"சுரபதி ராஜேந்தர் ரூம் எதுங்க?"

"அவரு இன்னா பண்றாரு..."

"பத்திரிகையில வேல பாக்கறாரு..."

"அப்படி யாரும் தெரியல... அந்த பெயிண்டர் ரூம்லதா தங்கியிருக்கோனு... வெயிட் பண்ணி பாருங்க..."

அந்த பெண் உட்கார்ந்தபடியே மாடிப்படி இறங்கும் இடத்து அறையை கை காட்டினாள். குழந்தை சிரித்தது. இவன் மாடிப்படி இறங்கும் இடத்துக்கு வந்தான். பூட்டிய அறையின் தகரக் கதவில் யேசு சிலுவை ஸ்டிக்கர் ஒட்டியிருந்தது. மழை சுத்தமாக நின்றிருந்தது. கருத்த முகில்கள் தாழ நகர்ந்து கொண்டிருந்தன. இவன் கைப்பிடிச் சுவரோரம் சாய்ந்து நின்று கொண்டான். அங்கிருந்து கீழே குனிந்து தெருவைப் பார்த்தவர்கள் அந்தரத்தில் தொங்குவதுபோல இருந்தது. நேரம் கடந்தது. சுரபதி வருவதற்கான சுவடே தெரியவில்லை. நட்சத்திரங்கள் தெரியத் தொடங்கின. எரியும் தெரு விளக்குகளின் ஒளி கூடி வந்தது. நீண்ட தாடி வளர்த்திருந்த ஒருவன் படியேறி வந்தான். இவன் விலகி வழிவிட்டான். வந்தவன் இவனை எதுவும் கேட்கவில்லை. யேசு சிலுவையை தொட்டு நெஞ்சில் ஒற்றிக் கொண்டான். தகரக் கதவைத் திறந்து இருளாய் இருந்த அறைக்குள் போனான். அறைக்குள் தோள்பை கிடந்தது. பிளாஸ்டிக் வாளியுடன் வெளியே வந்த அவன், மறுபடியும் கதவைச் சாத்தினான். இவன் கேட்டான்.

"சுரபதி வருவாருங்களா...?"

"வருவாரு... நீங்க சுரபதிக்காகவா காத்துக்கினு இருக்கீங்க...?"

72 | மீதமிருக்கும் வாழ்வு

இவன் ஆமாம் என்று தலையசைத்தான்.

“உள்ளே உக்காருங்க.. அவன் வர்ற நேரந்தான்...”

“இங்க லெட்ரின் எங்க இருக்குங்க...?”

“இதுல போங்க... கடேசியில இருக்கு... பச்ச பெயிண்ட் அடிச்ச கதவு...”

இவன் கைப்பிடிச்சுவரை பிடித்தபடி நகர்ந்தான். கீரை அரிந்த பெண் வீட்டின் கதவும் சாத்தியே இருந்தது. கழிவறைக்கு விளக்கு சுவிட்ச் கண்டுபிடிக்க முடியவில்லை. இருளிலேயே சுதாரித்து நின்று சிறுநீர் கழித்தான். பெரும் நிம்மதியாக இருந்தது. குழாயில் தண்ணீர் வரவில்லை. இவன் விளக்கொளியில் சுடர்ந்த நகரத்தை பார்த்தபடியே திரும்பி வந்தான். அறையின் முன்பு சுரபதி நின்றிருந்தான். இவன் கைகளைப் பற்றி குலுக்கினான். சிரித்து உற்சாகமாக வரவேற்று நலம் விசாரித்தான். அறைக்குள் கூட்டிப் போனான். விளிம்பு கிழிந்த கோரைப்பாயை தரையில் விரித்துப் போட்டான். இருவரும் அமர்ந்தனர். கொடியில் அழுக்கு உடைகள் தொங்கின. அதனடியில் நிறைய வர்ண டப்பாக்களும் பிரஸூம் இறைந்து கிடந்தன. ஸ்டவ்வும் சில்வர் பாத்திரங்கள் சிலதும் இருந்தன. மின்விசிறி இல்லை. இவனையே பார்த்துக் கொண்டிருந்த சுரபதி இருந்திருந்தாப் போல பேசினான்.

“என்னோட பேர்ல ஏதாச்சும் வித்தியாசம் கண்டீங்களா?”

“இல்ல ஏதோ புனைப் பெயர்ன்னு நெனைச்சேன்..”

“சுரபதின்னா என்ன அர்த்தமுன்னு தெரியுமா?”

“தெரியலீங்க...?”

“சுரபதின்னா இந்திரனைக் குறிக்கும். ராஜேந்தர்ன்னு அர்த்தம். ராஜேந்தர் ராஜேந்தர்ன்னு பேரே வித்தியாசமா இல்லே...”

சுரபதி சிரித்தான். இவனும் மெல்லச் சிரித்தான். இருவரும் நெடுநேரம் அமைதியாக இருந்தனர். வெளியே இருள் கூடி வந்தது. கொசுக்கள் காதோரம் ரீங்கரித்தன. புறங்கைகளையும் பாதங்களையும் கடிக்க ஆரம்பித்தன. சுரபதி தன் மீது வந்து ஒட்டும் கொசுக்களை கைகளை விசிறி விரட்டினான். நேரம் போக மறுத்தது. இவன் கேட்டான்.

“மெட்ராஸ் எதுக்கு வந்தீங்க...”

"நான் கமலஹாசனோட தீவிர ரசிகன். அவரு மாதிரியே இந்த சினிமா துறையில சாதிக்கனும்னு வந்தேன். நிச்சயமாக இன்னும் சில வருஷத்துல அதை சாதிப்பேன். அதை அடையக்கூடிய ஆரம்ப கட்டம்தான் இந்த மாதிரி அறைவாசமும் மூணாந்தர பத்திரிகை வேலையும்... எல்லோருமே ஒரு ஸ்டேஜ்ல கஷ்டப்பட்டவங்கதானே..."

சுரபதி இவனைப் பார்த்தான். இவன் எதுவும் பேசவில்லை. சுரபதி தொடர்ந்து பேசினான். சினிமாத் துறையில்தான் சாதிக்க நினைத்ததையெல்லாம் தொடர்ந்து சொல்லிக் கொண்டே இருந்தான். சுரபதியின் தொடர்ந்த பேச்சு இவனுக்கு பெரும் களைப்பைத் தோற்றுவித்தது. ஆனாலும் பொறுமையாகக் கேட்டபடியே இருந்தான். அவ்வப்போது கண்களை மூடிக் கொண்டு மனதை சூன்யமாக்கிக் கொள்ள முயன்றான். முடியவில்லை. அப்போது திடீரென இடியின் பேரோசை எழுந்தது. இருவரும் எழுந்து வெளியே வந்து பார்த்தனர். வானமெங்கும் கருக்கல்கள் மூடியிருந்தன. வெளியே அசாத்தியமான இறுக்கம் பூண்டிருந்தது. பொட்டு பொட்டாக விழுந்த துளி அடர்ந்தது. இருவரும் உள்ளே வந்து படுத்தனர். தலையணையும் இல்லை, போர்வையும் இல்லை. குளிர் அடித்தது. இவன் குறுக்கிப் படுத்தான். இடது முழங்கையை தலைக்குக் கொடுத்து தலையணையாக்கிக் கொண்டான். சற்று நேரம் விழிப்பிலேயே இருவரும் மௌனமாகப் படுத்திருந்தனர். மல்லாக்கப்படுத்த சுரபதி தூங்கிவிட்டான். குறட்டை ஒலி கேட்டது. குரல்வளை மேலும் கீழும் போயிற்று. இவனுக்கு காதோரம் கொசுக்கள் முனகின. உறக்கமே வரவில்லை. புரண்டு புரண்டு படுத்தான். வெகுநேரம் கழித்து தாடிக்காரன் வந்தான். நனைந்து போயிருந்தான். நனைந்த சட்டையைக் கழற்றி வெளியே பிழிந்து கதவில் மாட்டினான். ஈரவேட்டியை மாற்றாமலே சுரபதியை ஒட்டி தரையில் படுத்துக் கொண்டான். தாடிக்காரனிடம் பிராந்தி நாற்றம் அடித்தது. இவனுக்கு எந்நேரம் உறக்கம் வந்தது எனத் தெரியவில்லை. மறுதினம் வெயில் ஏறிய பின்பே இவனுக்கு விழிப்புக் கொண்டது. சுரபதி குளித்து தயாராக இருந்தான். தெருவைக் கடந்து நடந்தனர். திடீரென வெயில் மங்கிவிட்டது. முகில்கள் திரளாக கிளர்ந்து கொண்டிருந்தன. பிரதானச்சாலை வந்ததும் சுரபதி ஆளில்லாத ஒரு தேநீர் கடைக்குள் கூட்டிப் போனான். அங்கேயே இட்லியும் பூரியும் சாப்பிட்டனர். ஆறிப்போயிருந்தது. கை கழுவிவிட்டு தேநீர் குடிக்கும்போது சுரபதி கேட்டான்...

"நீங்க எங்க உங்க ரூமுக்கா?"

74 | மீதமிருக்கும் வாழ்வு

“இல்ல... கோடம்பாக்கம் டிரஸ்ட்புரம்...”

“பிரண்ட்ஸ் ரூமா?”

“ஆமா... அவுங்க நம்ம ஊர்பக்கம் தான் சினிபீல்டு தான்... நீங்களும் வர்றீங்களா... ஓர் அறிமுகம் கெடைக்கும்...”

சுரபதி சரியென்ற தலையசைத்தான். பேருந்து பிடிக்க எதிரில் சென்றனர். கடைவீதியில் விடுமுறை தினத்திற்கே உண்டான அமைதி இருந்தது. 17எம் எண் பேருந்து வந்து திரும்பி நின்றது. இருவரும் ஏறி அமர்ந்தனர். முகில்கள் மழை பொழிவதற்கான தருணத்தில் இருந்தன. இளமதியம் தாண்டிவிட்டது. மீனாட்சி கல்லூரி நிறுத்தத்தில் இறங்கி நடந்தபோது, ஒன்றிரண்டு மழைத்துளிகள் விழுந்தன. மைதானத்தைச் சுற்றி நடந்தார்கள். மைதானத்திற்குள் ஆங்காங்கே தண்ணீர் தேங்கி நின்றது. கிரிக்கெட் விளையாடும் ஆட்கள் யாரும் இல்லை. ஐந்து அடுக்கு கட்டடத்தின் பின்பகுதிக்குச் சென்றனர். படிக்கட்டில் இருள் கவிழ்ந்து கிடந்தது. படிகள் வளைந்து வளைந்து மேலே போகிய வண்ணம் இருந்தன. மூன்று அடுக்குகளுக்கு மேலே கடந்து விட்டனர். படுநிசப்தமாக இருந்தது. இவனுக்கு மூச்சு வாங்கிற்று. பின்னால் வந்த சுரபதி கேட்டான்.

“எத்தனை மாடி... லிப்ட் இல்லையா?”

“இருக்குமோ என்னமோ தெரியல... நான் எப்பவும் படியிலதான்...”

“இவளோ கஷ்டப்பட்டு ஏறுறோம்... அவுங்க இருப்பாங்களா?”

“லீவுநாள் தானே... கண்டிப்பா இருப்பாங்க...”

இவனுக்கு முட்டி வலி எடுத்தது. கைப்பிடிச் சுவரில் சாய்ந்து நின்று நின்று மேலே ஏறினான். சுரபதியும் மூச்சிரைக்க, களைப்படைந்தவனாக பின்னால் வந்தான். மொட்டை மாடியை அடைந்தபோது, மழை பொழிந்து கொண்டிருந்தது. வானம் மேலும் இருண்டு வந்தது. காற்று துளிகளை வீசிற்று. மொட்டை மாடியின் இன்னொரு விளிம்பில் கல்நார் கூரை போட்ட தாழ்வான இரு அறைகள் இருந்தன. மின்னல் படர்ந்து இடி இறங்கிற்று. இவனும் சுரபதியும் ஒரே நேரத்தில் ஓடி அறையை அடைந்தனர். சம்பத் வெறு மேலோடு உட்கார்ந்து வெங்காயம் வெட்டிக் கொண்டிருந்தார். அருகில் கேரட்டும் முருங்கைக்காயும் நறுக்கப்படாமல் கிடந்தன. பாயில் படுத்திருந்த சுகு அயர்ந்து தூங்கிக் கொண்டிருந்தார். சுகு தலைமைச் செயலகப் பணியாளர். ஞாயிறு மட்டுமே ஓய்வு தினம். சுகுவின் அண்ணன்தான் சம்பத். சினிமாவில் பெரிய ஹீரோவாக வரவேண்டும் என்று சென்னை

வந்தவர், இதுவரை ‘என் ஆசை மச்சான்’ என்னும் படத்தில் முரளிக்கு நான்கு நண்பரில் ஒருவராக மட்டுமே நடிக்க முடிந்தது.

தொடர்ந்து தீவிர முயற்சியில் இருப்பவர். சம்பத் சிரித்தார்.

“வாங்க தலைவா... பார்ட்டி யாரு?”

“சுரபதி ராஜேந்தர்... கவிஞர்... கதாசிரியர்... நம்ம ஊர் பக்கந்தான்...”

இவனைத் தொடர்ந்து சுரபதியும் சுவரில் சாய்ந்து அமர்ந்தான். பாயில் படுத்திருந்த சுகு எழுந்து அமர்ந்தார். தூக்கம் கலைந்த சடைவு அவர் முகத்தில் தெரிந்தது. சம்பத் கேரட்டை நறுக்கியபடியே மேலும் கேட்டார்.

“அதென்ன பேரே... அமர்க்களமாக இருக்கு... பார்ட்டி பாட்டெழுத வந்திருக்காரா?”

“இல்ல நடிக்க வந்திருக்கார்...”

சம்பத்தும் சுகுவும் சுரபதியை ஏற இறங்கப் பார்த்தனர். இவனே மேலும் சொன்னான்.

“கமலஹாசன் மாதிரி வரனுமுங்கறதுதான் லட்சியம்...”

சம்பத் மேற்கொண்டு பேசவில்லை. நறுக்கிய காய்கறிகளையும் வெங்காயத்தையும் எடுத்துக் கொண்டு எழுந்தார். பக்கத்து அறைக்குள் சென்றார். சிறிது நேரம் வெளிவரவில்லை. துவரம் பருப்பு கொதிக்கும் நெடி மஞ்சள் வாசனையுடன் கலந்து வந்தது. சுகு ஆங்கில தினசரியில் விளையாட்டுச் செய்தியை வாசிக்க ஆரம்பித்தார். இவனும் சுரபதியும் மாடியில் பெய்யும் மழையையே பார்த்தபடி இருந்தனர். நிசப்தமாக கவிழ்ந்து பெய்தது மழை. பக்கத்து அறையிலிருந்து சம்பத்தின் குரல் வந்தது.

“கமலஹாசன் நம்ம சமையல சாப்பிடுவார்ல... அரிசி சேத்தி போடவா?”

சுரபதி எவ்வித பதிலும் சொல்லாமல் இவனைப் பார்த்தான். சுகு ஆங்கில நாளிதழை மடித்து அறையின் மூலையோரம் வீசிவிட்டுப் பேசினார்.

“ஏம்பா... நம்ம ரூமுக்கு வந்தவங்கிட்ட இப்படியா கேட்பே... சேத்தி சமைக்காம...?”

சம்பத் குக்கரில் அரிசியை போட்டு மூடிவிட்டு அடுப்பில் வைத்து விட்டு இந்த அறைக்கு வந்தார். சுரபதி அருகில் நின்று கேட்டார்.

“கமலுக்கு தாராபுரத்துல எங்க?”

76 | மீதமிருக்கும் வாழ்வு

சுரபதி மேலே பார்த்தபடி பதிலளித்தான்.

“நேரு நகர்”

“அது ஒட்டர் தெருதானே...”

“ஆமாங்க... ஆனா நாங்க கவுண்டர்...”

“அப்ப என்ன கொலம்?”

சுரபதிக்குப் புரியவில்லை. லேசான தடுமாற்றத்துடன் இவனைப் பார்த்தான்.

“குல தெய்வம்... அதுதா உங்க காணி எதுன்னு கேட்கறார்.''

அதெல்லாம் எனக்கு செரியாத் தெரியாது... எங்கப்பாவக் கேக்கனும்..”

“ம்ம்ம்... உங்கய்யா என்ன பண்ணறார் கமல்?”

“ஆர்.ஐ.ய்யா இருக்கார்”

“எங்கே?”

“கரூர்ல...”

நீங்க சினிமாவுக்கு வர்றத விரும்பியிருக்கமாட்டாரே?”

“இல்ல....”

“பின்ன என்ன ஆசி கூறி வழியனுப்பி வெச்சாரா?”

“ம்ம்ம்... பணம் கூட அனுப்பறேன்னுதான் சொன்னாரு... நாந்தான் சுயமா சம்பாதிச்சுத்தான் மெட்ராஸ்ல ஜெயிக்கனுமுங்கற வெறியில வேண்டாமுன்னுட்டேன்...”

“சுத்த மாக்கானா இருக்கீங்களே கமல்... இங்க நம்ம வயித்துப் பாட்டுக்கும் தங்கறதுக்கும் சம்பாதிக்கவே இளமை எல்லாம் வீணாப் போயிடும். அப்புறம் எங்க கமலஹாசன் ஆகறது. சொக்கலிங்க பாகவதர்தான் ஆக முடியும்... பேசாம வீண்பிடிவாதம் புடிக்காம வூட்டுல தர்ற பணத்தை கறந்துக்கிட்டு முழுமூச்சா சான்ஸ் தேடற வேலையப் பாருங்க கமல்... ம்ம்ம்... ஒன்னு சொல்ல மறந்துட்டேனே... உங்கள நான் அடிக்கடி கமல் கமல்ன்னு சொல்றதுனால ஒன்னும் வருத்தமில்லையே?”

சுரபதி சிரித்தான். சுகு சொன்னார்.

“அதுக்கு இவரு எதுக்கு வருத்தப்படணும்... கமல்தான் வருத்தப்படனும்...”

இவனும் சம்பத்தும் சிரித்தனர். சுரபதியின் முகம் சோபையிழந்து போனது. தன்னை கிண்டல் செய்வதாக உணர்ந்திருக்கக் கூடும்.

என். ஸ்ரீராம் | 77

குக்கரிலிருந்து விசில் சப்தம் வந்தது. மூன்றாவது விசில் சப்தத்தின்போது சம்பத் பக்கத்து அறைக்குள் போய்விட்டார். கொஞ்சநேரம் கழித்து சம்பத் நான்கு தட்டுகளைக் கழுவி எடுத்து வந்தார். சுகு எழுந்து போய் குக்கரையும் சாம்பார் குண்டாவையும் தூக்கி வந்தார். நால்வரும் வட்டமாக அமர்ந்தனர். சம்பத் எல்லோருக்கும் தட்டில் சாதத்தைப் போட்டு சாம்பார் ஊற்றினார். சுகு சாதத்தில் ஆவி போயிற்று. சுகுவுக்கும் சம்பத்துக்கும் மிகுந்த பசியாக இருக்க வேண்டும். சுகு சாதத்தையே பிசைந்து சாப்பிட தொடங்கினார்கள். சுரபதி சாதம் ஆறட்டும் என யோசித்தபடி இருந்தான். இவன் வெளியே மொட்டை மாடியைப் பார்த்தான். மழை மேலும் வலுத்தது. மழைத்திரையில் எதிர்மாடிகள் மங்கி மறைந்தன. மழைநீர் பெருகி தூம்புவாயை நோக்கி சரிந்தோடிக் கொண்டிருந்தது. அப்போது நீருக்குள் நிரண்டியபடி மடித்துக் கட்டிய வேட்டியுடன் யாரோ ஒருவர் முன்னேறி வந்தார். சில கணத்தில் குடைகளில் வழியும் மழைநீருக்குள் தோள்பையை அணைத்துக் கொண்டு அவர், நெருங்கி வரும் காட்சியைக் கண்டான். வந்தவருக்கு அறுபது வயது இருக்கும். பருத்த உடம்பு. அவர் நடையருகில் வந்ததும் சம்பத் எச்சில் கையுடன் எழுந்தார். பின் சுகுவும் எழுந்தார். சம்பத் கேட்டார்.

"அப்பா என்ன சொல்லிக்காம... திடீர்ன்னு..."

"பார்க்கலாமுன்னு தோணுச்சு... ஏழு மணிக்கு திருப்பூர் வந்து ரயில் ஏறிட்டேன்..."

அவர் அறைக்குள் வந்து தோள்பையை வைத்தார். சுரபதியைக் கண்டதும் ஆச்சரியமடைந்தார்.

"டேய்... ராஜேந்திரா நீ எங்கடா இங்க...?"

சுரபதி சாப்பிடுவதை நிறுத்திவிட்டு எழுந்தான். அவர் கைகளால் சைகை செய்தபடி பேசினார்.

"சாப்புடு... சாப்புடு... டேய் சம்பத் ராஜேந்திரன் ஒனக்கு முன்னமே தெரியுமாடா? எங்க ஆபிஸில பியூன் பழநி இருந்தான்ல... அவபய்யன்தான் இவன்."

பின்பு அவர் சுரபதி நடிக்க வந்திருப்பதைப் பற்றிச் சொல்லாமல் பத்திரிகையில் வேலை பார்ப்பதாகச் சொன்னான். பின் தலை கவிழ்ந்தபடி சாப்பிட்டு முடித்தான். கை கழுவியதும் மழைக்குள்ளேயே கிளம்பி போய்விட்டான். இவனிடம் கூட எதுவும் சொல்லிக் கொள்ளவில்லை. மழை தணியாமல் பெய்து கொண்டே இருந்தது. சம்பத் இவனிடம் கேட்டார்.

"கமல் ஏன் பொய் சொன்னாரு?"

இவனால் பதில் ஏதும் சொல்ல முடியவில்லை. இவனுக்கும் சுரபதி பொய் சொன்னது புதிராகவே இருந்தது. இவன் அடுத்த ஞாயிற்றுக் கிழமை சுரபதியைப் பார்ப்பதற்காக அவன் அறைக்குச் சென்றிருந்தான். அறையில் சுரபதியைக் காணவில்லை. தாடிக்காரன் அமர்ந்து ஓவியம் வரைந்து கொண்டிருந்தான். அரிக்கேன் தொங்கும் மாட்டுவண்டியில் வண்டியோட்டி சாட்டையை உயர்த்திப் பிடித்துக் கொண்டிருக்கும் தாடிக்காரன் மாட்டின் கொம்புகளுக்கு கருப்பு வண்ணம் தீட்டிக் கொண்டிருந்தான். இவன் சுரபதியைப் பற்றிக் கேட்டதும் தாடிக்காரன் நிமிர்ந்து பார்த்தான். பின் கோபமாகப் பேசினான்.

"அவனுக்கு என்ன புடுங்கீன்னு நெனைப்பா... அவன் வேணுமுன்னா ஒசந்த சாதியா இருந்துக்கினு போறான்... என்னையேன் தாழ்த்திப் பேசனும்... அடிச்சு தொறத்திட்டேன்..."

"இப்ப அவரு எங்கிருக்காரு?"

"தெரியாது..."

இவன் பூந்தமல்லி திரும்பி விட்டான். அதன் பின்பு இவனால் சுரபதியை சென்னையில் எங்கும் சந்திக்க முடியவில்லை. எப்பொழுதாவது சுகுவோ, சம்பத்தோ இவனிடம் கேட்பார்கள்.

"கமல்ஹாசனைப் பார்த்தீங்களா? பார்ட்டி எங்கிருக்கு?"

"ஆளு என்னான்னே தெரியலயே?"

அப்போது எல்லாம் இவனுக்கு கனத்த மழையினூடே சுரபதி மௌனமாகக் கிளம்பிப்போன காட்சி மனதில் எழும். பின் மறந்து விடுவான். இரண்டு வருடங்கள் விரைந்து கடந்தன. அன்றும் மழைநாள்தான். வானம் கவிழ்ந்து கொண்டது. மழைவிடவே இல்லை. இவன் தாராபுரம் பேருந்து நிலையத்தில் நின்று கொண்டிருந்தான். மீனாட்சிபுரம் செல்ல வேண்டியிருந்தது. 'கோகுல்' திருமண மண்டபத்தில் பங்காளி வீட்டு திருமண வரவேற்பு நிகழ்ச்சி. மூலனூர் செல்லும் 2_ஆம் எண் பேருந்து நீர் ஒழுகியபடி வந்து திரும்பி நின்றது. இவன் ஏறிக் கொண்டான். கூட்டமே இல்லை. நாலைந்து பேர் முன்பகுதியில் உட்கார்ந்திருந்தனர். இருக்கைகள் எல்லாம் நனைந்து கிடந்தன. பேருந்து அதிகநேரம் நிற்காமல் உடனே புறப்பட்டது. நடத்துநர் இன்ஜின் கூட்டின் மீது அமர்ந்து ஓட்டுநரோடு ஏதோ பேசியபடியே வந்தார். சாலையில் மழைநீர் பெருக்கெடுத்து ஓடிக் கொண்டு இருந்தது. முன்புறம் கண்ணாடியில் விழும் மழைத்துளிகளை 'வைபர்' துடைத்து எறிந்து கொண்டிருந்தது.

என். ஸ்ரீராம் | 79

பேருந்து மெல்ல சென்றது. பொள்ளாச்சி சாலை பிரியுமிடத்தில் நிற்காத பேருந்துவில் ஒருவன் ஓடிவந்து ஏறினான். இவனுக்கு முதலில் அவனை எங்கோ பார்த்ததுபோல இருந்தது. பின் ஆச்சரியமாகிப் போனது. சுரபதிதான். ஆளே மாறியிருந்தான். அடிவயிறு பெருத்து தொந்தி தள்ளிப் போயிருந்தது. மீசைகூட பெரிதாக வைத்திருந்தான். மடக்கிய குடையில் ஒழுகும் மழைநீரை உதறிவிட்டு முன்பகுதியில் அமரப்போனான். இவன் குரல் கொடுத்தான்.

“சுரபதி ராஜேந்தர்... சுரபதீ...”

சுரபதி திரும்பிப் பார்த்தான். இவனைக் கண்டதும் சிரித்தான். சிரிப்பு மாறவேயில்லை. இவன் அருகில் வந்து அமர்ந்தான். இருவரும் பரஸ்பரம் நலம் விசாரித்துக் கொண்டனர். முன்புபோல சுரபதி உற்சாகமாக பேசினான். மூணாந்தர வாரந்தரி ஒன்றில் மாதம் இரண்டு சிறுகதை எழுதுவதாகக் கூறினான். வழியெங்கும் கடைவீதியின் ஓரமாக வாகனங்கள் மழையில் நனைந்தபடி நின்றன. ஆட்கள் கடைகளின் முன்பகுதியில் ஒண்டியிருந்தனர். வசந்தா டுயேட்டா எதிர்நிறுத்தத்தில் நிறையப்பேர் ஏறினர். பேருந்துக்குள் ஒரே பேச்சு சப்தமாக இருந்தது. இவன் சுரபதியைக் கேட்டான்.

“மெட்ராஸிலிருந்து எப்போ வந்தீங்க?”

“ரெண்டு வருசமாச்சு... இங்க தாலுக்கா ஆபிஸில சப்_ஸ்டாப்பா போஸ்டிங்... அப்பாவுக்காக சேர்ந்துகிட்டேன். இன்னும் இரண்டு வருசம் போச்சுன்னா... தங்கச்சி கல்யாணம் முடிஞ்சிரும்... அப்புறம் ஐயா பழையபடி மெட்ராஸ் வந்து முயற்சி பண்ணலாமுன்னு இருக்கேன். ரெண்டு வருசந்தானே தாங்கிக்குவோம்...”

காற்று விசையுடன் வீசிற்று. மழை மேலும் அடர்ந்திருக்கக்கூடும். கடைவீதி மங்கலாகப் புலப்பட்டது. ஹாரன் அடித்தபடி பேருந்து மெதுவாகச் சென்றது. இவன் சுரபதி ஏதாவது பேசுவான் என காத்திருந்தான். அவன் எதுவும் பேசவில்லை. திடீரென எழுந்து தாலுக்கா ஆபீஸ் எதிர்பேருந்து நிறுத்தத்தில் இறங்கிக் கொண்டான். ஆட்கள் நிறைய ஏறினர். இவன் ஜன்னலுக்கு வெளியே பார்த்தான். மழைநீர் பெருகி தார்ச்சாலை தெரியாதளவுக்கு மூடிக் கொண்டிருந்தது. கனரக வாகனங்கள் பெரும் ஓசையுடன் கடந்தன. சுரபதி விரித்து பிடித்த குடையுடன் மழைநீருக்குள் கால் வைத்து சாலையின் மறுபுறம் போய்க் கொண்டிருந்தான். பூங்கொன்றை மரம் நீர் சொட்டியபடி விறைத்து நின்றது. பேருந்து கிளம்பி வேகம் பிடித்தது.

அந்த வாரமெல்லாம் வானம் வெட்டாப்பே வரவில்லை. முகில்கள் நகர்ந்த வண்ணமிருந்தன. மழை விட்டுவிட்டு இறங்கிக் கொண்டே இருந்தது. இவன் மெட்ராஸ் வந்துவிட்டான். ஓர் ஞாயிற்றுக்கிழமை மதியவேளை. சுகுவையும் சம்பத்தையும் பார்க்க அறைக்குச் சென்றான். அப்போது மழைதான். சுகுவும் சம்பத்தும் சாப்பிட்டுக் கொண்டிருந்தனர். கேரட் மிதந்த சாம்பாரில் துவரம் பருப்பு வாசனை கமழ்ந்தது. இவன் ஊர் சென்றுவிட்டு வந்ததைக் கூறி சுரபதியைச் சந்தித்ததைச் சொன்னான். இருவரும் உற்சாகமாயினர். சாப்பிட்டபடியே நடந்ததை கேட்டுக் கொண்டிருந்த சம்பத் இடைமறித்துக் கூறினார்.

"அப்ப கமலுக்கு தொந்தி வந்திருச்சுன்னு சொல்லுங்க?"

"அது மட்டுமில்ல... கமல் இப்ப கவர்மெண்ட் எம்ப்ளாயி ஆகிட்டாரு..."

மூவரும் சிரித்தனர். அன்று மழைவிட்டு இவன் கிளம்பும்வரை சுரபதியை குறித்தே பேசினர். மூன்று வருடங்கள் போய்விட்டன. இவனால் உதவி இயக்குநராககூட சேர முடியவில்லை. மருத்துவ பத்திரிகை ஒன்றில் உதவி ஆசிரியனாக வேலைக்கு சேர்ந்தான். பத்திரிகையாசிரியர் தினமும் ஆங்கில மருத்துவ கட்டுரைகளைக் கத்தைகத்தையாக கொண்டு வந்து கொடுத்து மொழி பெயர்த்து போடும்படி சொல்லிவிட்டு போய்விடுவார். இவனுக்கு ஒவ்வொருநாளும் எட்டுப் பக்கத்துக்கு மேலே மொழிபெயர்க்கும்படி நேர்ந்தது. தவிரவும் பிழையும் இவனே திருத்த வேண்டும். இவனுக்கு அவ்வப்போது கடுமையான வேலைப்பளுவினூடே சுரபதியின் ஞாபகம்தான் வரும். நிச்சயதாம்பூலத்தில் சுரபதியும் இதுபோல தான் வேலை பார்த்திருப்பான் என நினைத்துக் கொள்வான்.

ஊர் சென்றால் சுரபதியைச் சந்திக்க வேண்டும். திட்டம் வைத் திருந்தான். உடனே ஊர் செல்லும் நிலையும் ஏற்பட்டது. தங்கைக்கு திருமணம் நிச்சயமாகியிருந்தது. ஆனால், இவன் ரயிலில் ஈரோட்டில் இறங்கியதிலிருந்தே மழை பிடித்துக் கொண்டது. கார்த்திகை மாதத்திற்கே உண்டான கருவோட்டத்துடன் கூடிய முகில்கள் கவிழ்ந்து கவிழ்ந்து பொழிந்தன. அந்தமான அருகே உருவாகியிருந்த காற்றழுத்த தாழ்வுநிலை புயலாக மாறி வலுவுடன் மேற்கே நகர்ந்தது. கல்யாண வேலை பார்ப்பதே சிரமமாயிற்று. அரசு திருமண உதவித் தொகை வாங்கும் பொறுப்பை அப்பா, இவனிடம் ஒப்படைத்தார். சுரபதி இருக்கும் தைரியத்தில் வேலை சுலபமாக முடியும் என இவன் கணக்குப் போட்டான். அன்று விடியவிடிய மழை கொட்டித் தீர்த்தது.

எங்கும் வெள்ளக்காடாய் கிடந்தது. தாலுக்கா ஆபீஸ் எதிர்பேருந்து நிறுத்தத்தில் இறங்கிக் கொண்டான். மழைத்துளியின் கனம் அதிகமாயிற்று. நீருக்குள் இறங்கி வேகமாக ஓடி சாலையைக் கடந்தான். பூங்கொன்றை மரவாதுகள் காற்றுக்கு விசையுடன் அசைந்தன. நுழைவாயிலில் சேறாய்க் கிடந்தது. வழுக்கிவிடாமல் இருக்க சுதாரித்து உள்ளே நடந்தான். தேங்கிக் கிடந்த கலங்கிய நீரில் மழைத்துளிகள் விழுந்து தெறித்தன. அலுவலக முன்புற வெற்றிடத்தில் தனியாக ஒரு ஜீப், ஈரம் சொட்ட நின்றது. வரிசையாக இருந்த பூவரசு மரத்தின் இலைகளிலும் நீர் சொட்டிற்று. சீமையோட்டு கட்டடத்தின் கூரை தண்ணீர் சிறுசப்தத்துடன் ஒழுகிக் கொண்டிருந்தது. இவன் தாழ்வாரத்தின் காரத் திண்ணையில் ஏறினான். முகத்தில் வழியும் நீரைத் துடைத்துக் கொண்டே ஜன்னலுக்குள்ளேயே இயங்கும் அலுவலக அறையை நோட்டமிட்டான். சுரபதி பையினுள் மடித்து வைத்திருந்த பாரத்தின் மீது ஈரம் படாமல் இருக்கிறதாவென ஒருமுறை சரிபார்த்துக் கொண்டான். நடையைத் தாண்டி உள்ளே நுழைந்தான்.

செருப்பு ஈரத்தாரையிட்டு போனது. அந்த கணத்தில் இவனுக்கு எல்லாருமே கோப்புகளைச் சுமந்த மரநாற்காலியின் பின்னே அமைதியாக அமர்ந்திருப்பதுபோலத் தோன்றியது. யாரிடம் விசாரிப்பது என யோசித்தான்.

அப்போது வெள்ளை பேண்ட் சர்ட் அணிந்த ஒருவர் உள்ளறையிலிருந்து இவனை நோக்கி வந்தார். அவர் கையிலும் இரண்டு கோப்புகள் இருந்தன. தடித்த கண்ணாடி போட்டிருந்தார். கருத்த நெற்றியில் குங்குமம் இருந்தது. ஓய்வு பெற்ற பின்னும் வேலை பார்க்கிறாரோ என எண்ணும்படியான தளர்ந்த தோற்றம். கிட்டத்தில் வருவதற்கு முன்னே கேட்டார்.

"யாரப் பாக்கனும்?"

"சுரபதி... சுரபதி ராஜேந்தர்"

"அவனுக்கு நீங்க என்ன வேணும்?"

"பிரண்ட்ஸ்"

"எங்கிருந்து வர்றீங்க?"

"நான் இந்த ஊர்தான். ஆனா மெட்ராஸிலிருந்து வாரேன்"

"ஏதாவது முக்கியமான சோலியா?"

"ஆமாம்"

அவர் யோசித்தார். இவனையே நேராகப் பார்த்தார்.

82 | மீதமிருக்கும் வாழ்வு

"வாங்க... வெளியில போய் பேசலாம்"

இவனுக்கு ஒன்றும் புரியவில்லை, அவர் பின்னே நடந்தான். காரைத் திண்ணையின் தூணோரம் அழைத்துப் போனார்.

"அவன் இப்ப இல்ல...?"

"இல்லீனா..."

"உசிரோட இல்ல."

இவனுக்கு அதிர்ச்சியாக இருந்தது. ஒரு கணம் தடுமாறிப் போனான். சுதாரிப்பதற்குள் அவரே மேலும் பேசினார்.

"நல்ல பையன்தான்... வீட்டுல பொண்ணு பாத்தாச்சு... புடிக்கலபோல இருக்கு... சொல்லித் தொலைக்காம மருந்த குடிச்சுட்டான்... பூளவாடி ரோட்டு பக்கம் வேலி பொதருக்குள்ள... நாலு நாள் கழிச்சுத்தான் பாடியவே பாத்தோம்..."

அவர் கண்களில் நீர்த்துளிகள் திரண்டிருந்தன. கண்ணாடியைக் கழற்றி துடைத்துக் கொண்டார். பின் அங்கு நிற்காமல் அலுவலக அறையை நோக்கி நடந்தார். அவரின் நடை சுரபதியின் நடையைப் போலவே இருந்தது. இவன் மேலும் சிறிது நேரம் அங்கேயே நின்றான். வானம் வெளி வாங்காமல் மழைவிடாது பெய்து கொண்டே இருந்தது.

(உயிர் எழுத்து, பிப்ரவரி 2013)